Buti pa ang Roma,
may Bagong Papa

Buti pa ang Roma, may Bagong Papa

ni
Noringai

Buti Pa ang Roma, May Bagong Papa
ni Noringai

Karapatang-ari © 2014
Noreen Capili at Anvil Publishing, Inc.

Inilimbag at ipinamamahagi ng
ANVIL PUBLISHING, INC.
7th Floor Quad Alpha Centrum Building
125 Pioneer Street, Mandaluyong City
1550 Philippines
Trunk Lines: (+632) 4774752, 4774755 to 57
Sales and Marketing: marketing@anvilpublishing.com
Fax: (+632) 7471622
www.anvilpublishing.com

Unang limbag, Hulyo 3, 2014
Ikalawang limbag, Hulyo 28, 2014
Ikatlong limbag, Setyembre 2014
Ikaapat na limbag, Enero 2015

Disenyo ng aklat nina Justine Espinueva (pabalat) at Joshene Bersales (panloob)
Konsepto ng pabalat ni Alessandra de Rossi
Mga guhit ni Clarissa Estuar

The National Library of the Philippines CIP Data

  Recommended entry:

    Capili, Noreen.
      Buti pa ang Roma, may bagong Papa /
    ni Noringai -- Mandaluyong City :
    Anvil Pub., c2014.
          p. ; cm.

          ISBN 978-971-27-2853-2

      1. Filipino essays. 2. Philippine essays (English)
    3. Wit and humor--Social aspects. I. Title.

    PL6058.9.C3   899.2114   2014   P420140102

Inilimbag sa Pilipinas

10   9   8   7   6   5   4

Single. Alone. Soloista. Lonely. Tigang. Sawi. NBSB. Searching. Waiting. Hoping. This book is for you. Para malaman mo na kahit wala kang dyowa, hindi ka nag-iisa.

Nilalaman

Drama queen

Kung masokista ka, mag-writer ka

Puwedeng kiligin, huwag lang umasa

Preface

Natatandaan ko ang kuwento ng nanay ko noong two years old pa lang ang anak ng kuya ko na si Maya. Bigla na lang daw lumapit si Maya sa nanay ko at sinabing, "Si Daddy, ang asawa niya, si Mommy. Si Tita Vanji (ate ko), asawa niya si Tito Dave. Si Tita Weng (isa ko pang ate), asawa niya si Tito Arnee." Tumango lang ang nanay ko, umaayon sa sinabi ng pa-biba kong pamangkin.

"Sinong asawa ni Tita Noreen?" Ikinagulat ng nanay ko ang tanong ng isang two years old na bata pero sinagot pa rin niya ito ng "Wala."

Bigla na lang daw umatungal si Maya. Iyong iyak na napakalakas at parang waterfalls ang agos ng luha. "Bakit walang asawa si Tita Noreen? Waaaaaah . . ."

Two years old lang si Maya noon pero parang apektado na siya sa kawalan ko ng dyowa. At ngayong 2014, Maya is turning 16 years old. Wala pa ring asawa ang kanyang Tita Noreen.

Noong unang naghanap si Maya ng asawa para sa akin, nakakatawa pa. Kasi ang bata ko pa noon. Hindi dapat sineseryoso ang ganoong tanong. Pero ngayon kasi, kapag umabot na ng 30 ang isang babae at wala pa siyang dyowa o asawa, hindi na nakakatawa. Para sa lipunan, nakakaawa na. At dapat na ika-alarma.

Para kasi kaming delata. May expiration date. Kapag nag-35 ka na, simula na ng pagtunog ng biological clock.

May nabasa ako na pressuring a single woman to get married is like rushing an old person to cross the street dahil magpapalit na ang traffic light. Gusto naman talaga ng matanda na makatawid eh, mabagal lang siya maglakad. At hindi makakatulong na sinisigawan mo siya at minamadali. Mas lalo lang siyang mapi-pressure.

Pressure. Iyan ang nararamdaman ng kahit sinong single sa tuwing may nagtatanong na "Bakit hindi ka pa nag-aasawa?"

Minsan, hindi lang nakaka-pressure. Nakakasawa na. Nakakainis. Nakakaubos ng pasensya.

Hindi kakulangan sa isang babae ang kawalan niya ng asawa. At ang librong ito ang magpapa-realize sa iyo na mas mabuti na maging single kesa mag-settle. O pumatol sa lalaking hindi mo naman mahal. O maging kerida at sumabit sa ibang may legal na relasyon.

Okay lang maging single . . . sa ngayon. At habang naghihintay ka, habang umaasa ka, habang nangangarap ka . . . magbasa ka na muna ng *Buti Pa ang Roma, May Bagong Papa.*

Acknowledgments

Noong lumabas ang *Parang Kayo, Pero Hindi*, wala akong chance para pasalamatan ang lahat ng tumulong sa akin para makabuo ng libro. Kaya susulitin ko na dito ang pagsabi ng "thank you" sa mga sumusunod:

Sa Anvil Publishing at kay Ms. Karina Bolasco, na nagbukas ng pinto sa akin at naging daan para matupad ang pangarap kong magkaroon ng libro. Kay Ms. Ani Habúlan at Ms. Joyce Bersales na madalas kong kakulitan tungkol sa manuscripts ko. Kay Ms. Gwenn Galvez at Ms. Aia Austria na tumulong sa pag-promote at pag-market ng libro.

Sa mga taga ABS-CBN, lalo na kay Sir Deo Endrinal, Ms. Julie Anne Benitez at sa buong Dreamscape para sa suporta nila sa akin at sa *Parang Kayo, Pero Hindi*.

Kay Enchong Dee at G Tongi na nakasama sa unang libro ko. Pati na rin kay Jessy Mendiola na hindi lang namakyaw ng libro ko kundi maya't maya ang pag-promote sa Twitter at Instagram.

Kay Direk Joey Reyes na sumulat ng napakagandang foreword. Noong nabasa ko nga ang sinulat niya, naisip kong foreword pa lang, sulit na ang ibabayad ng mga bibili ng libro.

Kay Direk Erick Salud at Direk Don Cuaresma para sa mga magagandang sinabi nila tungkol sa pagsusulat ko.

Kay Alessandra de Rossi para sa napaka-artistic na cover design ng *Buti Pa Ang Roma, May Bagong Papa*.

Kay Janella Siena at Clarissa Estuar para sa mga drawing sa dalawang libro.

Sa mga matatalik kong kaibigan na sina Bim Ocampo-Mojica, Ilai Llena at Cheryll Ann Chamen-Paronda para sa overwhelming na suporta.

Kay Mary Rose Colindres sa sinabi niyang "Huwag mong pagsisihan kung nasarapan ka naman" na isa sa pinakasumikat na linya sa *Parang Kayo Pero Hindi*.

Sa mga kaibigan ko sa Assumption School of Davao, lalo na kay Jennifer Plaza-Nalugon, Beverly Catoc-Alberio, Ching Amor at Laarni Peralta.

Sa mga kaibigan na namakyaw ng libro at bumili para ipanregalo nila, lalo na kay Raul and Marion Ramirez, Elline Perey, Melanie Valenciano-Cabotahe at Mimi Ferrera-Lazaro.

At higit sa lahat, sa pamilya ko: sa nanay kong si Editha Besmar Capili at mga kapatid na sina Evangeline Capili-Capps, Ariel Capili at Rowena Capili-Bullecer, para sa walang patid na suporta at pagmamahal. Sa tatay kong si Celestino Capili na alam kong lagi akong binabantayan kahit na hindi na namin siya kasama ngayon. At sa mga kamag-anak ko na finally, tinigil na rin ang pagtatanong kung bakit hindi pa ako nag-aasawa.

1.
Buti pa ang Roma, may bagong Papa

Ano ba ang spark? Ito iyong kuryente na nararamdaman mo kapag kasama mo ang isang tao . . . Kung hindi mo naman siya kasama, nangingiti ka kapag naiisip mo siya.

– "Saan ba nakakabili ng spark?"

Malamig ba ang Christmas mo? 🤍

Nasa loob ka ng air-con na bus isang maulan na gabi. Senti ang mga kantang pinapatugtog sa radyo. Noong narinig mo ang "It Might Be You" ni Stephen Bishop, gusto mong maiyak dahil na-realize mo na wala kang pag-aalayan ng kantang 'yun. Ginala mo ang tingin mo sa paligid mo at nakita mo na halos lahat ng tao sa bus ay magka-pares, maliban sa iyo. Kahit na iyong kundoktor ay nakikipaglandian sa babaeng inspector ng ticket. Ibinaling mo ang tingin mo sa labas. Nakita mo ang mga nagkikislapan na Christmas lights at iba't ibang dekorasyon sa EDSA, ang mga taong galing sa mall na may bitbit na malalaking shopping bag, ang mga batang nangangaroling sa bahay-bahay.

Kung ikaw ang papipiliin, gusto mo munang pigilan ang oras. Ayaw mo na munang mag-Pasko. Ipinikit mo na lang ang mata mo para wala ka nang makitang magpapalungkot sa iyo. Mabuti na lang at tapos na ang lecheng "It Might Be You." Ngunit parang nananadya ang radyo, biglang tumugtog ang "Pasko na Sinta Ko" ni Gary V. Pero iba ang lyrics na nasa isip mo . . . *Pasko na, T*ngina, wala pa ring sinta . . . Bakit ba ganito, tigang pa rin ako . . .*

"Mama, paraaaaaaaaa!" sigaw mo sabay tayo sa upuan at nagmamadaling bumaba.

Malayo pa ang sakayan ng tricycle pero hindi mo na kaya ang emotional torture sa loob ng bus. Siyempre, hindi mo naisip na umuulan nga at walang waiting shed sa binabaan mo kaya nabasa ka. Dali-dali mong hinalungkat ang bag para sa payong at binuksan ito.

Habang naglalakad, at habang nanginginig sa ginaw, naalala mo ang mga panahon na may ka-share ka sa payong, at may brasong nakaakbay sa iyo. Mga panahong kahit na umuulan o giniginaw ka ay okay lang dahil nandoon siya. Hindi tulad ngayong nag-iisa kang naglalakad sa maulan na gabi.

Noong nasa bahay ka na, kung ano-ano na ang naisip mo.

Bigla kang nagpasya na patulan na ang officemate mo na may gusto sa 'yo, kahit na hindi mo siya type, kahit na hindi ka natatawa sa mga jokes niya. Ano naman ngayon kung hindi niya alam ang kaibahan ng *v* at *f* sa *b* at *p*? Natawa ka noong naaalala mong muntik kang mautot sa kapipigil ng tawa noong sinabi niyang *invox* sa halip na *inbox*.

Naisip mong makipag-EB sa mga lalaking nag-iiwan ng PM sa iyo at nakaka-chat mo online. May isang mini-miss call ka ng hatinggabi. May isang minamanyak ka sa YM at tinatanong kung ano'ng cup size mo. May isang bata sa iyo ng anim na taon at nagkukuwento tungkol sa anime convention.

Bigla mo ring naisip iyong kaibigan mo na mukhang kabayo na matagal nang tinutukso sa iyo ng barkada mo. Naalaala mo iyong minsan sinabi niya na, "Wala kang boyfriend, wala akong girlfriend, gusto mo tayo na lang?" Tinanong mo ang sarili mo kung open pa kaya siya sa suggestion niya matapos kang sumigaw at tumakbo palayo noong sinabi niya sa iyo 'yun. Malamang hindi na dahil nainsulto mo siya. Daig mo pa ang nakakita ng multo.

> Sawang-sawa ka nang maging single. Ikaw lang ang walang partner!

Sawang-sawa ka nang maging single. Hindi mo na matandaan kung ano ang feeling ng may ka-holding hands at ka-halikan dahil ang tagal na mula noong nag-break kayo ng boyfriend mo. Isa-isa nang nagkaka-boyfriend ang mga kaibigan mo at nakini-kinita mo na ang magiging scenario sa Christmas party ng barkada niyo. Ikaw lang ang walang partner!

Kinuha mo ang cell phone mo at namili ka kung sino sa kanila ang ite-text mo at papatulan. "Kahit sino, puwede nang pantawid-gutom," naisip mo. "Ibe-break ko na lang pagkatapos ng Pasko."

Hep. Hep. Hep.

Kaya ba ng sikmura mong ka-holding hands siya? Oo, gusto mo nang tumiwalag sa Samahan ng Malalamig ang Christmas pero magiging masaya ka ba na makipag-relayson sa isang taong hindi ka napapatawa? Sa isang tao na makita mo lang nasusuka ka na? Sa isang taong hindi mo naman kasundo?

Madadala mo nga siya sa Christmas party niyo pero proud ka bang ipakilala siya bilang boyfriend mo? Bibitbitin nga niya ang mga pinamili mo sa Greenhills pero handa ka bang makita ng ibang tao na kasama siya?

Alalalahanin mo iyong isang episode sa lumang show na *Ally McBeal* kung saan may isang abogado na biglang umurong sa kasal dahil na-realize niya na ang dahilan kung bakit niya papakasalan iyong girlfriend niya ay hindi dahil sa mahal niya ito, kundi dahil siya lang ang available. Katulad ka ba niya na makikipag-relasyon hindi dahil nakita mo na ang The One kundi dahil siya lang ang "only one" na nandiyan?

Hanggang Pasko lang naman, katuwiran mo. *Hihiwalayan ko na ng January*. Pero baka pagkatapos ng Pasko, i-extend mo ng February para may date ka sa Valentine's, paabutin mo ng summer para may kasama ka sa beach outing, hihintayin mo na ang birthday mo, sayang din ang regalo niya. Hanggang sa hindi ka na makaalis at forever ka nang trapped sa isang tao na hindi mo naman talaga gusto to begin with.

Hep. Hep. Hep. Kaya ba ng sikmura mong ka-holding hands siya?

Gusto mo na ng papa? *"Darating din 'yun,"* laging sinasabi sa iyo ng mga kaibigan mo. Hintayin mo na lang. Mas mabuti pa rin ang maging single kaysa makipag-relasyon sa taong hindi mo gusto.

Gusto mo na ng papa? Darating din 'yun.

Malamig ang Christmas mo? Huwag kang mag-alala, hindi ka nag-iisa. Sa mga ganitong panahon, magdala ng sariling jacket at payong. Balang araw, iinit din ang Pasko. Kasama ang lalaking gusto mo.

Saan ba nakakabili ng spark? 🫶

Iyan ang tanong sa akin ni Lhen, isang kaibigan. May umaaligid daw kasi sa kanya na matinong lalaki, kaya lang, wala siyang maramdamang spark. Kaya nagtatanong siya kung saan nakakabili ng spark.

Hindi ko alam ang sagot. Kung alam ko lang, eh di sana matagal na akong pumila para mamakyaw. Kailangan ko rin ng spark. Maraming-maraming spark.

Ano ba ang spark? Ito iyong kuryente na nararamdaman mo kapag kasama mo ang isang tao. Iyong nanlalambot ang tuhod mo. Iyong parang nauutal ka at ayaw gumana ng motor skills mo. Iyong kahit na ano'ng gawin at sabihin niya, o kahit wala siyang ginagawa o sinasabi, kinikilig ka na. Kung hindi mo naman siya kasama, nangingiti ka kapag naiisip mo siya.

Ang tawag doon . . . spark. Magic. Kilig. Kuryente.

At iyon din ang hinahanap ko ngayon.

May isang lalaking may gusto sa akin. Mabait siya. May hitsura. Matino. Stable. Mature. May napatunayan na sa buhay. Maalalahanin. May konting sense of humor. At alam ko, aalagaan niya ako.

Siya iyong lalaking iuuwi mo sa nanay mo at alam mong magiging mabuting asawa at tatay ng mga anak mo.

Pero wala akong maramdamang kilig. Walang magic.

Lagi kong sinasabi, "He's 'good on paper,' pero walang spark. Kahit kiskisan ko man ng bato, wala talaga!"

Sabi ng mga kaibigan ko, hindi na raw importante ang spark. Hindi raw ito tiket para sa isang masaya at tumatagal na relasyon. Maraming factors ang dapat i-consider, hindi lang spark.

Aanhin mo ang spark kung lagi naman kayong nag-aaway? Aanhin mo ang spark kung hindi naman kayo nagkakasundo sa mga bagay-bagay? Kung hindi naman siya puwedeng mag-commit? Kung alam mo naman na masama siya para sa iyo?

Noong huling usap namin ni Lhen, sabi niya, baka raw bigyan na niya ng chance iyong manliligaw niya, kahit wala siyang maramdamang spark.

Pati tuloy ako, napapaisip na rin. Itutuloy ko ba kahit na walang spark? Magiging masaya kaya kami, kahit na hindi ako kinikilig sa kanya? Importante ba talaga ang magic sa isang relasyon?

"Baka naman nasa atin lang ang problema," dagdag ni Lhen.

Mali nga ba ako kung maghanap man ako ng spark sa isang relasyon? Pang-teenager na nga lang ba iyong "nanlalambot ang tuhod" chorva at kapag nasa 20's ka na ay nakasusuka na ang humangad ng kilig?

Siguro nga masyado na akong matanda para maghanap ng lalaking magbibigay sa akin ng "kilig" dahil hindi naman kami mabubusog doon at hindi rin puwedeng pambayad ng tuition ng magiging anak namin ang spark.

But I am also old enough to know what I want in a guy. Having that "kilig" feeling is one of them. At para sa akin, ang pakikipagrelasyon sa isang taong walang spark ay katumbas na rin sa pagse-settle.

Sa tamang panahon, baka magka-spark na.

At ayokong mag-settle.

Aanhin mo ang spark kung lagi naman kayong nag-aaway?

Pero 'di ako nawawalan ng pag-asa. Malay mo ngayon, walang spark. Pero eventually, sa tamang panahon, baka magka-spark na. Kung paano, hindi ko alam.

Meron kayang binebentang spark sa pinakamalapit na Mercury Drug o Mini Stop? Saan nga ba nakakabili ng spark?

Why I hate
family reunions ♋

D on't get me wrong. I love my family. I don't have bad
relationships with any of my relatives. I am not a black sheep.
I haven't done anything to disgrace my family's name. It's just
that, I try to avoid going to events or places where I would be with
relatives whom I haven't seen for quite a while, because I am sure
they would ask me the same question I dread hearing over and
over again: "Kailan ka mag-aasawa?"

Kailangan kong ngumiti at makipag-plastikan, fake a smile and
think of an answer para hindi naman ako magmukhang abnormal,
undesirable, o lesbian. It's not that being a lesbian is a bad thing
pero, hindi ako lesbyana talaga, eh!

Hanap sila nang hanap ng boyfriend ko. Kelan ko raw ba
ipapakilala sa kanila ang BF ko? Bakit, mas gusto ba nila na
magdala ako ng lalaki pero may asawa naman para lang may
maipakilala akong boyfriend sa kanila?

I am the youngest in the family, and my two sisters and my brother
are already married. And to add to the pressure, my brothers-in-
law are perfect for my sisters. Everyone in the family adores them.

Minsan, naisip ko, kontratahin ko kaya ang isa sa mga barkada kong
lalaki at pagkunwariin kong boyfriend ko? O kaya, magbayad ako
ng macho dancer para lang may escort ako sa kasal ng pinsan ko,
o kasama sa lamay ng tiyahin ko, o may taga-bitbit ng malaking
regalo sa binyag ng pamangkin ko? O 'di ba, bongga? Puwedeng
iba't ibang lalake sa iba't ibang okasyon. Pero, enough na ba 'yon?

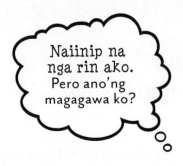

Naiinip na nga rin ako. Pero ano'ng magagawa ko?

Sa totoo lang, minsan, naiinggit na rin ako sa tuwing nakikita ko iyong mga pinsan ko at kinukuwento nila na nag-propose si ganito kay ganyan at dinala sa ganitong lugar. O kapag nakikita ko ang ate ko na karay-karay ang kanyang mga anak. Oo naman, I want to get married and to have kids. Kung alam lang nila! I have everything all planned, from the wedding entourage to the wedding songs to the gown I would wear. Getting married tops my to-do list but there is just one small problem: I still have to find one decent man who would be my perfect groom.

Alam ko, I am not getting any younger. 'Yung high-school friend ko nga, may anak na sa college. May batchmate nga ako sa elementary na lola na! People in my circle are getting married. The events I attend at present are either baptismal or birthday parties of friends' children. And my brother's daughter already graduated from college! Wasn't it only yesterday when I was lulling her to sleep with Debbie Gibson's and Tiffany's songs? Ang bilis ng panahon. Baka hindi ko mamalayan, matandang dalaga na ako.

Naiinip na nga rin ako. Pero ano'ng magagawa ko? Wala pa talaga akong makitang lalaki na puwedeng ipagmalaki sa mga kamag-anak ko. Hindi naman ako pihikan. Ang baba na nga ng standards ko, eh. Tanong n'yo man sa mga kaibigan ko. Basta may sense of humor lang, matinong trabaho, at hindi ako nasusuka sa pagmumukha niya, okay na ako. Is that too much to ask?

Women my age know how difficult it is to find husband material these days. Hindi na nga kami naghahanap ng guwapo, eh. Basta responsible lang, saka, hindi niya habit ang maghampas ng dos por dos kapag nagagalit. Oo, nararamdaman na namin ang pressure. And my relatives seem to help aggravate my plight by asking me when I would get married every time they see me.

> Oo, nararamdaman na namin ang pressure.

Kaya habang hindi ko pa nakikita ang lalaking worthy ipagmalaki, iiwasan ko muna ang binyag, birthday, kasal, o kahit anong family gathering. Sabi nga nung isang e-mail na natanggap ko, darating din 'yan. Habang wala pa, magpapaka-antisocial muna ako. Unless, puwedeng substitute ang successful career sa isang matalino, mabait, at papa-licious na boyfriend.

Waiting for a taxi ♡

Trivia: I don't ride white taxis at night. Praning lang ako. As much as possible, gusto ko ng yellow taxi. Kung magpu-puting taxi man ako, dapat ay iyong kilalang taxi tulad ng Basic o Reno.

Kagabi, umiskapo kami ng friends ko sa isang birthday party sa Quezon City para pumunta sa isa pang party sa Ortigas.

Dalawang taxi na ang dumaan at inayawan ng mga kasama ko kasi alam nila na namimili ako ng taxi at ayaw ko nga ng puting taxi.

Maraming dumaan na mga yellow taxi pero may laman na sila lahat.

Sabi ko na lang, "Ang mga taxi, para ding lalaki. Iyong mga gusto mo, hindi na available at iyong mga lumalapit sa iyo, mga ayaw mo."

Matagal-tagal na rin kaming naghihintay. At kaysa sa wala kaming masakyan, at hindi kami makarating sa pangalawang party, nag-decide ako na mag-settle na lang sa white na taxi.

Aanhin ko naman ang yellow taxi kung lahat sila, hindi naman available? (Aanhin mo naman ang mga gusto mong lalaki kung hindi rin pala sila mapapasaiyo dahil naunahan ka na ng iba?)

Kaya lang, noong pumayag na ako ng puting taxi, wala nang dumaan na taxi. May mga dumaan na bakante pero kapag sinasabi namin kung saan kami magpapahatid, ayaw naman nila. Mga namimili ng pasahero!

Kung masyado kang mapili, mauubusan ka ng taxi. Ang dami mong pinalampas na available na taxi. At noong naisipan mong

"Sige na nga, kahit anong bakante na lang," sasakay ka na, sila naman ang namimili ng pasahero. Ayaw na nila sa iyo.

Applicable din ba ito sa love life?

Noong bata pa ako, ang choosy at ang yabang ko pa . . . "I am single by choice."

Ang dami kong inaayawan. Ang dami kong pinalampas.

"Ayoko sa kanya kasi he wears yellow socks."

"'Fa-keyd' ang pag-pronounce niya sa 'façade,' ewww, turn-off!"

"He is boring. Inaantok ako kapag kausap ko siya . . . "

"Kamukha niya si Balut."

When I was younger and fifty pounds lighter, strangers would approach me sa bar to talk to me, and ask for my name and my number.

May isang nakipag-usap sa akin habang kumukuha ako ng tissue paper sa supermarket at sinabing I look familiar. His line was "I never forget a face . . . " at inirapan ko lang siya.

May kapitbahay na nanligaw sa akin ng ilang taon na sa tuwing pumupunta sa bahay ay pinagtataguan ko.

Parang sila iyong mga taxi na humihinto sa tapat ko, pero umiiling ako at inaayawan sila. Hindi ako interesado kasi hindi sila ang yellow taxi na gusto ko. Ibang taxi ang hinahanap ko.

> Minsan, sa kakahintay mo ng gusto mo, marami kang pinalampas.

And then, I woke up one day and I am in my 30's na. At kailangan ko nang sumakay ng taxi dahil baka hindi ako makarating sa destinasyon ko.

Pero, ang mga taxi drivers na ang namimili ng pasahero. O kaya naubusan na ako ng taxi. Lahat sila, may sakay na.

Love is like waiting for a taxi. Minsan, sa kakahintay mo sa taxi na gusto mo, marami kang pinalampas na taxi. At kung kelan late ka na sa pupuntahan mo at papayag ka na sumakay kahit ano, wala ka nang makuha.

Hindi masama ang mag-asam ng magandang taxi. Hindi masama ang mag-set ng standards. Kung ayaw mong mag-settle okay lang 'yun.

Ang dami kong inaayawan. Ang dami kong pinalampas.

Pero kapag dumating ang oras na gusto mo nang mag-taxi at wala ka nang makita dahil occupied na silang lahat, dapat nakahanda ka sa anumang mangyari.

Puwede kang maghintay nang konti pa at umasa na maaaring may darating na para sa iyo.

Pero hindi rin naman masamang tanggapin na naubusan ka na ng taxi. Dahil hindi naman kabawasan sa pagkatao mo kung hindi ka makasakay sa taxi.

Okay lang namang mag-jeep, o mag-bus o maglakad. Marami-rami pa rin naman kayo. Hindi ka nag-iisa.

Dear Santa 🎁

Dear Santa,

I don't believe in you anymore and I don't know why I'm still writing this. Oh well, sabi nga nila, hindi masama ang mangarap. Wala naman mawawala, eh. Who knows, baka maisipan mo na ngayong bumawi, after 30 years na pang-iindyan sa akin, at 'di pagbibigay sa mga hinihingi ko. It's about time na masuklian naman ang pagiging "nice" ko ng ilang taon. Fine, naging naughty rin ako pero mas marami pa rin akong points sa pagiging mabait.

At dahil umpisa na ng December at lahat ng tao ay abala na sa pamimili ng regalo, ihahabol ko na ang wish list ko sa iyo. Baka sakali lang. Don't worry, simple lang naman ang hihilingin ko, eh. At hindi ko naman dine-demand na ibigay mo sa akin lahat.

Unang-unang wish ko, **taxi**. Oo, humihiling ako ng taxi sa iyo. Kasi, para sa mga single at walang kotse na katulad ko, ang hirap umuwi at pumunta sa kung saan sa mga ganitong panahon. Ayoko ng kotse. Mahal ang parking sa condominium namin. Saka mahal ang gasolina. Kaya taxi na lang. Sana, iyong may kasamang taxi driver, na isang text ko lang, nandiyan na agad.

Kung mahirap man 'yun, wish ko na lang, taxi na nakaabang sa labas ng building namin. Iyong paglabas ko ng condo, nandiyan na agad. Hindi lang isa. Marami! At ako mamimili ng taxi, para maranasan naman ng mga hindot na taxi driver na iyan ang feeling ng natatanggihan o kaya ang nasasamantala. Hello? Ang hirap kaya na may dala kang limang shopping bag, umuulan, at naghahabol ng taxi, tapos, tatanggihan ka lang dahil masyadong malapit o malayo ang destinasyon mo.

Next sa wish list ko ang **makinang nagbabalot ng regalo**. I'm sure meron ka nito, pahiram na lang. Ang dami mo namang elves na tumutulong magbalot, eh. Ako, nag-iisa lang.

Parusa na nga iyong gumawa ng shopping list at mamili para sa mga kapamilya, kaibigan, inaanak, pamangkin, kapatid, pinsan, ka-opisina, kasamahan sa show, dating kaklase sa workshop—not to mention ang gastos—tapos, maghahanap pa ako ng panahon para magbalot ng regalo?

Sana, meron akong makina na isasaksak ko lang doon iyong gift saka iyong wrapper, tapos na. Huwag kang mag-alala, kaunti lang naman, eh. Hindi lalampas ng 200 kaya hindi malalaspag ang makina mo.

Pangatlong gusto ko ay **pagkain**. Nakakatawa ba? Oo, gusto ko ng pagkain. Maraming pagkain. Pero hindi ordinaryong pagkain. Kung meron ka nung magic hamon na sa bawat slice na kakainin ko ay nababawasan ako ng isang pound, o kaya cake na sa bawat subo ay lumiliit ang bewang ko, o beer na sa bawat bote ay natutunaw ang mga taba ko. Puwede ka bang gumawa ng ganoon?

Ang kailangan ko, warm body. Human blanket.

Sige na, subukan mo lang. Hit 'yan. Maraming hihingi niya next year, pramis. Hindi naman ako maramot. Bibigyan ko rin ang mga kaibigan ko na gustong pumayat without feeling miserable.

While you're at it, bigyan mo na rin ako ng **little black dress**. Hindi lang siya ordinaryong black dress, ha? Size 4 na dress na kapag sinuot ko, automatic na mag-a-adjust ang katawan ko para kumasya. Puwede kaya iyon? Parang blusang itim ni Snooky Serna noong 1980s, iyong kapag sinusuot niya, gumaganda siya. Ako, little black dress na kapag sinuot ko, magiging size 4 din ako. Pero huwag naman liliit lahat ng bahagi ng katawan ko.

Ganun pa rin ang size ng boobs, ha? Iyon na nga lang ang asset ko, paliliitin mo pa.

Heto ang nakakatawang gift na gusto ko: **clone ko**. Marunong ka bang mag-clone? Kasi, sa dami ng pupuntahan kong party sa December, naloloka na ako kung alin ang uunahin. Lalo na at magkasabay ang company Christmas party namin, saka Christmas party sa show. Lekat, pareho namang Tuesday, nagsabay pa! Ang dami-daming araw sa December. Kaya mabuti na iyong may clone ako para puwede akong dumalo sa parehong party. Saka, kapag nasa Davao ako ng Christmas break, ay puwede pa rin akong pumasok sa office. Wala na kasi akong leave, eh. Malamang, mababawasan na ako ng suweldo sa bawat araw na wala ako sa opisina. Saka, para hindi ko naman ma-miss ang mga gimik at party dito sa Manila habang nasa Davao ako.

Nahihirapan ka na ba sa mga hinihingi ko? Pero, alam mo, Santa, okay lang kahit hindi mo maibigay ang limang nauna kong wish, basta maibigay mo lang ito: **ang magpapainit ng Pasko ko!** And I don't mean jacket or comforter, ha? Kaya kong bumili ng jacket. Kabibili ko lang ng makapal na Garfield na kumot.

Ang kailangan ko, warm body. Human blanket. Alam mo na 'yun. Naman, ilang taon na malamig ang Pasko ko. May darating nga ng September at October, pagdating ng Pasko, kasing-lamig pa rin ng yelo. Ano kaya 'yun?

> Sana meron siyang tunay na pag-ibig para sa akin.

Teka, sa iyo ba ako dapat humingi noon? O milagro na ang kailangan ko? Hindi, kaya mo 'yan. Gumawa ka na lang. Sana iyong kamukha ni Sam Milby.

Basta ha, isang tao na magpapainit ng Pasko ko. (Huwag kang pilosopo, baka arsonist ang ipadala mo). Sana may kotse siya para hindi ko na kailangan ng taxi at may taga-bitbit at driver na ako kapag namimili ng regalo. Tapos, tutulungan pa niya akong magbalot ng mga gifts. Tapos, "From Noringai and ____" ang ilalagay namin para pareho kaming makatipid.

At higit sa lahat, sana meron siyang tunay, wagas, at dalisay na pag-ibig para sa akin. Iyong kahit na wala akong little black dress, at lumamon ako nang lumamon at maging kasinlaki na ni Ate Shawie, ay tanggap pa rin niya ako bilang ako.

Kapag nagawa mo iyan, hindi ko na rin kakailanganin ang clone kasi I don't want to be anywhere else but with him.

Ayan, Santa, madali lang naman, 'di ba? Panahon na para bumawi ka sa akin. Noong bata ako, laging bakante ang medyas na sinasabit ko sa dingding. Ibigay mo lang ang huling wish ko, bawi ka na. At hindi na kita iistorbohin sa mga susunod na Pasko.

Umaasa,
Noringai

Da Moves 🐣

I learned the art of flirting at a very young age. While my friends busied themselves watching *Sesame Street*, I was practicing my "art" with my seven-year-old kinakapatid. He wasn't appealing. In fact, he was so ugly he looked like a kuhol with his large pouting lips, that I swear, weighed about two kilos. But what choice did li'l five-year-old me have when he was the only boy in the neighborhood who had no yellow-green mucus coming out of his nose? Minus the bulging lips and eyes, he was okay compared to my other male playmates.

Whenever he and his friends would come and play with us, I wouldn't join them and instead, would resign myself to solitary confinement. That way, he would notice me and wonder why I wasn't playing with them. Part of the plan was to decline his offer to join them so he would be coerced to leave our playmates and keep me company. Hah! It always worked. He had fallen under my spell through my pa-lonesome stratagem.

When I entered school, I dumped him for cuter guys. And of course, I was able to practice my skills which got better each year.

At six, I was dallying outside the classroom of my second-grade crush and make papansin. At seven, I professed my love via an anonymous love letter to a classmate. At eight, I dialed my crush's phone number and asked the classic line, "Puwedeng makipag-phone pal?" At nine, I was literally chasing the short, dark boy-next-room.

Being an early starter got me ahead of my peers in terms of dealing with boys. I learned something important outside when I was a kid.

We called it flirting then, now, it is dubbed as **Da Moves**.

Da Moves can both be a noun and a verb that means "to flirt and to dally." It also means making advances, making papansin and making pa-cute. And this is what members of NBSB (No Boyfriend Since Birth) Federation ought to know and master, so as to find a boyfriend before leaving the great portals of university.

> Da Moves
> means
> "to flirt and
> to dally."

I write as if having a boyfriend is the most desirable mission to accomplish. Of course not. But wouldn't it be nice to have someone to carry your hardbound books, to drive you home, to treat you to lunch, someone who would cheer you up when you're down, someone who would be obliged to listen to your rants?

In short, having a boyfriend is like having a driver, a bodyguard, a shock absorber, a clown, a box of tissue paper, a jacket, all at the same time.

So the quest for a boyfriend is reasonable enough. And if you are an NBSB or a "boyfriendless kolehiyala," I have thought of and listed down effective examples of Da Moves you should learn to make your crush notice you, to fish for admirers/suitors or better yet, to have a boyfriend the soonest possible time.

If your crush is in your class, be a delinquent student. Try to miss class meetings for two weeks then ask him what happened in the class when you weren't around. You could also borrow his notes or readings, and he might help you do some catching up. You can also try to be late always. That way, you can sit next to him without being obvious that you've been dying to do that ever since. But don't overdo it. The teacher might ask you to drop the subject and it's bye-bye time to your beloved. If you want instant recognition from your crush, pick a fight with your teacher. Make the teacher really mad so s/he would send you out or if you're lucky, you might receive a flying chalk stick or eraser eraser. You can easily win your crush's sympathy that way.

Note-passing works. You can be noticed through note-passing during class. Try writing about trivial things as "When's our exam?" to something outrageous (Would you mind buttoning your fly?) or serious (What's your stand on the death penalty?). You can be corny (Roses are red, violets are blue, Papa said, Mama said, I love you.) or unoriginal (Is it okay if I call you mine? Just for a time, and I will be just fine . . .), or senti (How do you heal a broken heart? Care to mend mine?). Write anything. Just be sure it would land on the right person's hands.

Shower him with compliments. Guys are enthralled with girls who build them up. Commend him for a job well done. Tell him he smells good if he does (if he doesn't, well, just keep your mouth shut.). Flatter him. Even if he looks like a magsasaka with his porma, tell him he's smartly dressed. Even if he is colorblind and wears baby pink slacks, tell him you admire his fashion sense. A little compliment wouldn't hurt.

> A little compliment wouldn't hurt.

Have an interest in the things he likes. Be it known to him that you have the same taste. If he loves listening to April Boy Regino, then go buy his CDs or better yet, join his fan club. If he has a penchant for Thalia, watch every episode of *Marimar* and *Maria Mercedes*. You can also apply to every organization he belongs to. Just be careful, you might be joining the religious sect that frequents the Sunken Garden asking everybody, "Are you saved?"

Be in. Paint your nails, dye your hair, wear black or gray lipstick. My 20-year-old NBSB friend, after painting her nails metallic blue, was wooed by her longtime crush. You might get noticed, too. Try ebony black, glaring fuschia, or very violet. You can even try polka dots or checkered nails.

Bare whatever you can bare. If you think your curvaceous body and flawless legs need exposure, go ahead, dare to show them. But please refrain from wearing sleeveless tops if your arms are like Barok's palo-palo, or a boddy-hugging blouse if you have three layers of bilbil.

Beggars can't be choosers, right?

If, after doing these things, you remain boyfriendless, then there's one thing I could recommend you. Join the Akyat-Narra Gang. I can't assure you that all the male dormers in Narra Dormitory are eligible or boyfriend material, but there's no harm in trying. Besides, beggars can't be choosers, right?

This essay was submitted as a requirement for a Creative Writing class in 1996, mga panahong sikat pa sina April Boy at Thalia.

2.
All I really need to know
I learned from . . .

Pero kung iisipin natin, ang nail polish, parang life lang 'yan.
No matter how hard we try to make it last or stay longer,
we could not stop the inevitable. Hindi mo na kayang pigilan
ang tadhana.

– "All I really need to know I learned in kakikayan"

All I really need to know
I learned in kakikayan ♡

Sabi nila, ang mundo daw ay isang napakalaking classroom kung saan ka hinahainan ng sari-saring leksiyon tungkol sa buhay. Kung si Robert Fulghum, maraming natutunan nung nasa Kindergarten siya, ako naman, may mga natutunan sa kakikayan. At ang aking mga teachers: kuko, sapatos, at anklet!

The chipping nail polish

Nagta-type ako sa keyboard nang mapansin ko na nagsisimula nang mag-peel ang nail polish sa kuko ko. Kaagad akong naglagay ng top coat. Nabasa ko kasi sa *Cosmo* na iyong top coat, nagpapatagal ng kulay ng nail polish. At nagpe-prevent na mag-chip ang kuko.

Pero noong sumunod na araw, lalong lumala 'yung pag-peel ng nail polish. Medyo nalungkot ako. Kasi, wala nang makakapigil pa sa pagkakasira ng kulay ng kuko ko.

Pero kung iisipin natin, ang nail polish, parang life lang 'yan. *No matter how hard we try, we could not stop the inevitable.* Lahat ng bagay, nagde-the end. Hindi mo na kayang pigilan ang tadhana. May mga relasyon na hindi nagtatagal. May mga pagmamahal na namamatay. Kahit na tambakan mo man ng top coat ang kuko mo, kahit ano'ng ingat mo man, matatanggal at matatanggal pa rin ang nail polish. Kaya burahin mo na lang at ihanda ang mga kuko sa bagong nail polish na i-a-apply mo. Kailangan mong mag-move on. At magsimulang muli.

Pero dapat, bago ka mag-apply ng bagong nail polish, siguraduhin mo na wala ng trace ng lumang nail polish. Bago ka pumasok sa panibagong relasyon, dapat, completely over ka na doon sa dati. Para simula ka sa clean slate, 'di ba?

Lesson learned: Huwag malungkot kung may isang bagay na natapos. Puwede ka pang magsimulang muli. At puwede kang sumubok ng mas magandang nail polish.

The perfect shoes

Kailangan kong bumili ng old rose na sapatos na babagay sa aking damit. A-attend kasi ako ng kasal ng kaibigan ko. Alam nating lahat kung gaano kahirap maghanap ng perfect na sapatos. Lalo na kung old rose ang kulay nito. Dalawang oras yata ako naglibot sa Glorietta para lang makahanap ng sapatos.

Hanggang nakakita ako sa Landmark. Hindi siya old rose kundi pink, pero pagod na akong maghanap. At desperado na ako dahil malapit nang magsarado ang department store, kaya nagpasya ako na pagtiyagaan na lang kung ano iyong nandoon. Kahit hindi naman talaga iyon ang gusto kong bilhin. Puwede na iyan, naisip ko.

Noong hiningi ko ang size ko sa saleslady, sinabi sa akin na hindi na sila tumatanggap ng order dahil sarado na sila. Noong pauwi na ako, I realized that that experience was trying to tell me something. *Maybe it was not meant to be. Maybe I should not settle for anything less.* Paano kung binili ko nga iyong pink na sapatos tapos may nakita akong old rose na sandals? Baka sinasabi sa akin ng tadhana na kailangang maging patient ako, at maghanap pa sa ibang mall para makita ang tamang sapatos.

> Huwag malungkot kung may isang bagay na natapos.

Kinabukasan, nakahanap ako ng old rose na sandals sa Megamall. As in bagay doon sa damit ko. At nabili ko pa ng sale! Kung pinagtiyagaan ko iyong nasa Landmark, siguro hindi na ako naghanap sa ibang mall. At siguro, nagtitiis ako sa pink na sandals ganoong mayroon naman palang old rose.

Lesson learned: Don't settle. Minsan, dahil sa pagod na tayong maghintay, o dahil sa desperado na tayo, pinagtitiyagaan na lang natin kung ano'ng nandiyan. Parang wala na tayong ibang choice. Pero kung tutuusin, kung maghihintay lang tayo, at maging patient, darating din iyong para sa atin. At hindi lang sapatos ang tinutukoy ko. It could be the right guy, or the right job, or whatever.

> Don't settle.
> Darating din iyong para sa atin.

The misplaced anklet

Noong binigyan ako ng kaibigan ko ng blue na anklet, sobrang na-excite ako kaya sinuot ko siya agad. Pero dahil lagi akong nakamaong, at hindi nakikita ang anklet ko, nag-decide ako na gamitin ito na bracelet. Maluwang siya, oo, pero keri na rin.

Alam ko hindi iyon ang dapat n'yang lugar, kaya nga siya anklet, eh—para sa ankle, 'di ba? Siguro, feeling ng anklet ko, misplaced siya—na hindi iyon ang dapat n'yang kalagyan.

Pero noong ginamit ko siya bilang bracelet, napansin siya ng mga tao. Ang daming nagbigay ng compliment at sinabing ang ganda daw ng bracelet ko.

"Kaya lang, parang maluwang," sabi noong isa. Inamin ko na anklet talaga iyon kaya maluwang.

Misplaced anklet nga siya. Pero at least nare-recognize naman siya. Kaysa naman gamitin ko as anklet, walang makakapansin sa kanya.

Kinabukasan, ginamit ko siyang muli. Noong tanghali, napansin ko na lang na wala na sa braso ko 'yung anklet.

"Nilayasan ka na ng anklet mo kasi hindi niya nakayanan na ginagawa mo siyang bracelet," sabi ng kaibigan ko.

Tinawanan ko lang siya. Pero napa-isip ako. Bakit ko ba kasi pinilit na gawing bracelet ang anklet? Parang pinipilit ko ang isang tao na umasta nang hindi naman natural sa kanya. Akala ko kasi, mas okay 'yun kasi nare-recognize siya, kahit na hindi naman talaga iyon ang purpose niya sa buhay.

Lesson learned: Ang anklet ay para sa ankle, hindi sa wrist. Hindi mo puwedeng idikta sa ibang tao kung ano ang dapat nilang gawin, at kung saan sila pupuwesto. Kahit na sabihin mo na para sa ikabubuti nila ang ginagawa mo, kung hindi naman sila masaya, bale wala rin. Baka mawala lang sila sa iyo.

♡♡♡

Sabi nila, ang mundo raw ay isang napakalaking classroom kung saan ka hinahainan ng sari-saring leksiyon tungkol sa buhay. Ano kaya ang puwedeng matututunan sa walang kulay na lipstick? O sa anti-dandruff na shampoo? O sa plastic eyelash curler? O sa pekeng Prada wallet na binebenta sa bangketa? Ah, ewan . . . makapaglagay na nga lang ng bagong nail polish.

All I really need to know
I learned from shoes ☺

Because there is a "not-so-little" Imelda in me, and that I have (insert a number here) pairs of shoes, it is not surprising that I learn more of life's valuable lessons from shoes.

The overused shoes

When I was in Davao for Christmas vacation in 2001, I found what I think was the best pair of shoes I've ever had. They were blue and white slip-ons with flowers on the straps. Itago na lang natin sa Brand X ang tatak niya. Ang tagal ko nang naghanap ng blue na kikay slip-ons at doon ko lang sa Gaisano Davao nahanap 'yun. And I bought the shoes for 500 pesos lang! Feeling ko pa, suwerte ako dahil last pair na 'yun. And it was in my size!

Sobrang natuwa ako sa kikay kong sapatos. At napakalambot niya! I wore them every day because they matched with everything— denims, slacks, capri pants, skirts, dresses. Gamit ko siya in the office, in the mall, in church, even at the beach!

Dahil araw-araw ko siyang ginagamit, at nasuot ko na siya sa kung saan-saan, I expected na wala pang isang taon ay sira na siya. Sabi ko, okay lang. May Brand X naman sa mga malls sa Manila, siguro naman may ganoong style pa sila. Ngunit napuntahan ko na ang lahat ng display ng Brand X pero wala akong nakitang katulad nang nabili ko sa Davao.

Naka-dalawang uwi na ako sa Davao at pumupunta ako sa Gaisano, umaasang may makikita akong ganoong klaseng sapatos. Hindi na nga ako naghahangad ng eksaktong ganoon, eh. Kahit na kamukha lang o kasing-lambot lang, okay na. Kaso wala.

Iyong kikay blue Brand X na slip-ons ko—na malambot at may naka-angat na bulaklak sa strap, na bagay sa kahit anong damit ko—ay sira na ngayon. Hindi lang siya sira, nangingitim na sa dumi, at hindi na kayang i-glue ang punit na talampakan.

Pero hindi ko pa siya maitapon-tapon. Hindi ko alam kung bakit. Alam kong hindi ko na siya maisusuot uli, pero may reminder naman ako na once upon a time, I had a perfect pair of shoes. Hindi ko nga lang inalagaan.

Lesson learned: Kapag nahanap mo na ang bagay o tao na sa tingin mo ay perfect na para sa iyo, ingatan at alagaan mo. Huwag mong abusuhin. Kapag nawala sila, baka wala ka nang mahahanap na kapalit. At habambuhay mo na lang iisipin na, "Sana, inalaagaan ko siya."

> Kapag nawala sila, baka wala ka nang mahahanap na kapalit.

The "maganda siya pero masakit" shoes

May fini-fit ako noon na sapatos sa Brand Y. Okay lang ang presyo. Maganda ang material. Kikay ang hitsura. At kapag suot ko, nakaka-sexy ng paa. May isang problema nga lang. Masakit siya sa paa.

Pero cutie kasi siya, eh. Saka on sale. At sadyang matigas ang ulo ko. Kaya ayun, binili ko.

Sa umpisa, okay lang naman. Keri ko. Saka masakit naman talaga sa paa ang bagong sapatos. Pero habang lumilipas ang oras, lalong sumasakit. Hindi siya meant sa pangmatagalang suot.

Habang suot ko siya, parang gusto kong umiyak sa tuwing humahakbang ako. Pagdating ko ng bahay, puro sugat at galos ang paa ko. At ilang linggo rin akong may peklat sa paa dahil sa diyaskeng sapatos na 'yun.

Kapag sa umpisa pa lang, alam mo nang masakit na sa paa at hindi mo puwedeng suotin nang matagalan, huwag mo nang bilhin. Bakit mo pa itutuloy kung alam mong masasaktan ka lang kapag sinuot mo?

Parang pakikipagrelasyon din iyan, eh. May mga lalaki na good on paper, bagay sa iyo, tipo mo nga, eh. Ang kaso, panandalian lang siya. "Boylet" lang kasi unavailable siya. Bakit mo pa itutuloy kung alam mong eventually ay masasaktan ka lang? Sana, habang maaga pa, iwasan mo na.

Lesson learned: Kung sa umpisa pa lang, alam mo nang masasaktan ka lamang sa bandang huli, huwag mo nang ituloy. Baka mag-iwan pa iyan ng scar na hindi mo na maaalis kailanman.

> Kung magpapaligaya sa atin ang isang bagay, seize it right away!

The shoes that got away

May nakita akong magandang sandals sa Brand Z. Mura lang. Kakaiba rin siya kasi hindi siya iyong style na makikita mo sa babaeng katabi mo sa MRT. Black and white siya. Polka dots ang strap niya pero hindi cheap ang dating. Ang kikay nga, eh, tapos, two inches iyong heels niya. Sinukat ko minsan, ang ganda sa paa!

Kaya lang, hindi ko siya binili. Kasi, kakaiba siya eh. Mahirap hanapan ng ka-match na damit at bag. Saka kabibili ko lang kasi ng isang sandals kaya sabi ko, next pay day ko na lang bibilhin ang polka dots na sapatos na 'yun.

Madalas akong dumaan sa Brand Z at nakikita ko ang sapatos na gusto kong bilhin pero hindi ko mabili-bili.

Ilang pay day na ang dumaan pero hindi ko pa rin siya kinukuha para iuwi.

Hanggang sa dumating ang oras na kailangan ko ng isang kikay na sandals na may print. Naisip ko agad ang polka dots na matagal ko nang gusto bilihin.

Pero pagpunta ko sa Brand Z, wala na siya doon. Naubos na. Ang ending, napabili ako ng ibang printed na sapatos na hindi ko naman talaga gusto pero wala akong choice kasi kailangan ko na nga.

Lesson learned: Kung magpapaligaya sa atin ang isang bagay, seize it right away! Sa kade-delay, baka mawala lang sa atin ito at mauuwi tayong nagse-settle sa hindi naman talaga natin gusto. Mas mahirap pagsisihan ang mga bagay na hindi mo ginawa. Wala na yatang mas masakit pa sa thought na abot-kamay mo na lang, pero pinalampas mo pa.

🐚🐚🐚

Sino ba naman mag-aakalang may mapupulot pala akong leksiyon sa mga sapatos? Kaya nga panay bili ko eh, para mas marami pa akong matutunan. Sa susunod, I will find lessons from bags naman para ma-justify rin kung bakit sandamakmak ang bags ko.

Kuwentong hotdog ♥

Habang naglilinis ang flatmate kong si Clarissa ng refrigerator ay napansin niya ang nag-iisang pulang hotdog sa sulok ng freezer.

Na-realize niya na ang hotdog ay nahulog mula sa supot ng maraming hotdog at gumulong sa likod ng freezer. Hindi na namin napansin kaya noong niluto na namin ang mga hotdog, hindi ito napasama. Kaya ayon, nag-iisa na lang siya at literally ay "left out in the cold."

Kung may feelings lang ang mga hotdogs, ano kaya ang nararamdaman niya na mag-isa na lang siya sa freezer, habang ang mga kasamahan niya ay naluto na at nakain? Lahat ng kasama niya sa supot na iyon, na-fulfill na ang misyon sa buhay na makain—maliban sa kanya.

Lahat ba talaga ng mga hotdog ay kailangang kainin? Baka naman nagbubunyi iyong nag-iisang hotdog dahil malaya pa rin siya, habang ang lahat ng kasama niya ay tunaw na. Pero posible rin na nalulungkot siya kapag naaalala niya ang mga kasamahan niya. Maaaring naghahanap siya ng warm body na makakatabi lalo na kapag hindi nade-defrost ang ref at kumakapal na ang yelo. Siguro, minsan, sinusubukan niya ring i-comfort ang sarili niya sa pag-iisip na siya ay nasa "better place" kaysa sa mga kasama niya. O baka gusto niyang i-defy ang notion na lahat ng hotdog ay kailangang kainin.

Baka handa na siya sa fate niya na siya ang hotdog na hindi na makakain at mabubulok na lang mag-isa.

◉◉◉

Noong isang araw, bumili ako ng hotdog. Pero hindi tulad noong nag-iisang hotdog na naiwan sa ref. Chicken hotdog ang binili ko. Pero okay lang, hotdog pa rin iyon.

Sinama ko ang naiwang red hotdog sa supot ng mga brown na chicken hotdog. Binalak ko nang prituhin sila for breakfast. At last, mafu-fulfill na rin ng naiwang hotdog ang misyon niya sa buhay. At last, maluluto na rin siya at makakain bukas.

Kaya lang, bago matulog ay napaisip ako. Ano kaya ang mararamdaman ng hotdog kung maluto ko nga siya, pero hindi naman niya gusto ang mga kasama niya sa frying pan? Kaya pa ba niyang maghintay sa mga pulang hotdog na bibilhin ko in the future? Kailangan ba talaga siyang maluto at makain? Paano kung masaya na siyang nag-iisa?

◉◉◉

Nakaka-relate ako sa nag-iisang hotdog na hindi pa naluluto at nakakain. Isa-isa nang kinakasal ang mga kaibigan ko. At hinahanda ko na ang sarili ko na maaaring maiiwan akong mag-isa sa loob ng freezer.

May isang supot ng chicken hotdog sa tabi ko pero ayaw kong sumama sa kanila. Mas gugustuhin ko na lang ang maghintay dahil naniniwala ako na may mga bagong supot ng pulang hotdog na darating.

Pero kung sakali mang walang dumating, siguro ihahanda ko na ang sarili ko na may mga hotdog na mas masaya na maiwan sa loob ng freezer na mag-isa.

Lessons from facial ♡

Sometime ago, I learned something new from that painful dermatological procedure called a facial.

Pinakamasakit sa ilong

For someone na mataas ang threshold sa pain at sanay na supposedly sa facial, hindi ko alam kung bakit extra sakit ang pagfa-facial na ginawa sa akin minsan isang Sabado. Lalo na sa parte ng ilong, kung saan pinakamasakit, in my opinion.

Sa ilang taon kong pagpapa-facial, noong Sabado 'yun ko lang na-experience iyong gusto ko nang sumuko.

I told the attendant, "Huwag mo na lang tanggalin 'yun sa ilong!"

"Pero doon ang pinakamarami, Ma'am," she told me.

I uttered a mild cry and said, "Masakit, eh . . . "

She then said, "Ma'am, kapag 'di natin tinanggal iyan ngayon, lalalim iyan at mahihirapan tayong tanggalin sa susunod. Mas masasaktan ka . . . "

Hindi na ako nakasagot. I knew she was talking about the white heads on my face pero ewan, parang iba ang dating sa akin. Oo, may konek sa something . . .

Several months earlier, I refused to let go of someone because it was painful but I never realized that holding on would only make things more difficult. "Mas mahirap tanggalin kasi lumalim na. Mas masasaktan ka . . . "

Kung bumitiw na agad ako noon pa, noong naramdaman ko na that the thing with this person was going nowhere, sana hindi na lumala ang lahat. Alam ko naman na sooner or later, I had to let go, pinatagal ko pa. Mas nahirapan tuloy ako.

> Kahit masakit, gawin mo.

Lesson learned: Kung alam mo na that you have to get rid of something or someone, huwag mo nang patagalin pa. Kahit na masakit, gawin mo. Kasi, kapag pinatagal mo, mas lalo ka lang mahihirapan ay mag-let go at mas lalo ka lang masasaktan. Don't prolong the agony. Do it now. Oo, masakit man, pero alam mo naman na either way, masasaktan ka rin lang kaya 'wag mo na patagalin.

Kapag nakaya mo sa ilong, kaya mo na sa lahat

Kahit na sobrang sakit na iyong sa bandang ilong, at kahit tumutulo na ang luha ko sa sakit, tiniis ko. Inisip ko na lang, "Matatapos din ito." At noong natapos nga ang sa ilong at prini-prick na n'ya iyong sa chin at cheeks ko, hindi na ako masyadong nasaktan. Iniisip ko na lang, "Kung 'yung sa ilong nga, nakaya ko . . . wala ito."

Lesson learned: Totoo pala na you really do get stronger kapag nalampasan mo ang isang bagay na you never thought you'd survive. Kasi maiisip mo, "I've been through worse. I can handle this . . . "

Time heals the pain

A day after ako nagpa-facial, wala na iyong kirot. Okay na ako uli. Ready na uli ako magpa-facial next month. Ganoon lang naman talaga ang buhay, 'di ba? Kung gusto mong gumanda, kung gusto mo ng malinis na mukha, then tiisin mo ang sakit. Ginusto mo iyan,

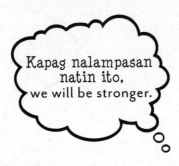

Kapag nalampasan natin ito, we will be stronger.

eh. Pero may kapalit naman ang sakit na 'yun. Ilang araw lang, okay ka na uli. At handa ka na magpa-facial uli.

Lesson learned: Iyong nangyari sa akin noon, para lang akong fina-facial. Makaka-relate din ang lahat ng kakahiwalay lang sa dyowa o may pinagdadaanang heartbreak. Sa ngayon, para lang tayong tinatanggalan ng white heads sa ilong. Masakit. Nakakaiyak at gusto na natin mag-give up pero kailangan nating kayanin. Isipin na lang natin, lilipas din ito. Kapag nalampasan natin ito, we will be stronger. And we will be okay. Then we will be ready to fall in love again.

Lessons learned
in Saigon ♋

Sometimes you have to meet a few wrong ones to find the right one

I am talking about the hotel. Pero sige, puwede natin i-connect sa ibang aspeto ng buhay natin iyan.

Hindi namin nagustuhan ang hotel na binook namin online so on our first day, my friend and I had to look for a new hotel.

The hotel we booked via the Internet was $15 a night. May free breakfast and Internet connection pero nasa third floor kami at walang elevator. Maliit ang banyo at ang kuwarto, at maingay ang air-con.

Iyong unang hotel na nahanap namin sa De Tham Street was also $15 a night. Kung divided by three, lumalabas na tig-$5 lang kami per night. Walang breakfast pero okay na ang room. Third floor din siya at walang elevator pero keri pa rin. Na-realize namin na sa street na 'yun, wala talagang elevator ang mga hotel.

Dapat magpapa-reserve na kami doon pero noong binigay na namin ang credit card, brownout pala. So sabi namin, babalik na lang kami sa hapon.

Nag-ikot-ikot muna kami sa Ho Chi Minh, namili sa Ben Thanh Market, at tumambay sa kalye habang umiinom ng fruit shake.

Noong bumalik kami sa De Tham noong hapon, sabi ko sa friend ko, hanap pa kami ng hotel.

Marami-rami na kaming pinagtanungan pero ang pinakagusto namin, isang mas malaking hotel. Mas maganda. May bathtub!

Iyong iba kasi walang bathtub.

Twenty dollars siya per night. Sabi ko okay na 'yun sa amin! Bathtub pa lang, sulit na, kahit na walang breakfast. May terrace pa iyong kuwarto na ibibigay sa amin. Nate-tempt na kami. Sabi ko sa friend ko, dito na lang kami.

Solved na ako pero sabi niya pag-isipan daw muna namin. Baka pagod lang kami. She mentioned na iyong hotel na 'yun ay nasa kanto at katapat pa ng isang bar. Baka maingay at hindi kami makatulog. And we also realized na fourth floor iyong room namin—wala ring elevator. Kaya sabi ko, sige, hanap pa kami ng iba.

Kaunting lakad pa and we found Lan Anh Hotel. Ang sabi, $24 daw a night for three people. Medyo mahal sa lahat ng napagtanungan namin. Aatras na sana kami pero we decided to give it a chance. I asked, "What floor?" The receptionist said, "We have elevator!"

Hindi ko pa nakikita ang room, sabi ko sa kaibigan ko, kunin na namin.

"They had me at elevator."

Kebs na kung mas mahal ng $4 sa huling tiningnan namin. We looked at the room—shet! Mas malaki. May bathtub din na mas malaki! At mas maganda ang mga kama at ang kuwarto. May terrace din. At may libreng breakfast at Internet connection!

We decided na 'yun na ang kukunin. Sabi ko sa friend ko, may dahilan kung bakit brownout kanina at 'di kami naka-reserve doon sa unang hotel na gusto namin. May dahilan kung bakit nag-hesitate kaming kunin iyong $20 na hotel kahit na okay na sa amin 'yun. Kasi we found the perfect hotel for us!

Lesson learned: Minsan, napapagod na tayo sa kahahanap at gusto natin mag-settle sa kung anumang better—better sa meron tayo. Iisipin natin, "Puwede na ito." Pero huwag. Kapag may pag-aalinlangan ka, i-postpone mo muna ang desisyon mo. Lakad ka pa nang kaunti. Tiyaga lang. Kasi hindi mo alam, baka nasa kabilang kanto lang ang hotel na para sa iyo.

Hindi lahat ng gusto mo ay makukuha mo

So we thought we found the perfect hotel. Lahat ng hanap namin, narito na. Sa lahat ng hotel na tiningnan namin na kaya ng budget namin, ito lang ang may elevator. Kasyang-kasya ang tatlo sa kuwarto na hindi mukhang kawawa ang pangatlong tao. May breakfast. Ang ganda ng location at ang view. May terrace.

Pero noong nagpapa-reserve na kami, hindi sila tumatanggap ng card.

Gusto namin card ang ibayad sana kasi nirereserba namin ang aming cash sa shopping. 'Yun lang ang setback ng hotel na ito. Sa lahat ng hotel na tiningnan namin, sila lang din ang hindi tumatanggap ng card.

Lesson learned: Hindi mo mahahanap ang lahat ng gusto mo sa iisang bagay. Kailangang may i-compromise ka. Kailangan mong i-weigh kung kaya mong palampasin ang bagay na ito. In our case, we paid in cash. Okay lang. Kaysa makawala pa iyong hotel na nahanap namin.

> Hindi mo mahahanap ang lahat ng gusto mo sa iisang bagay.

Always look at the bright side of life

Noong first day namin, may binili ako na worth 400,000 Vietnam dong. Pampasalubong. Tuwang-tuwa ako kasi feeling ko mura na siya. Pero nung kinonvert ko sa peso . . . 1,600 pesos pala ang halaga niya. Napamura nga ako as in mura na "'Tangina, ang mahal pala nito!"

So nagra-rant ako sa friend ko. Sabi ko good buy ba iyong nakuha ko. Tinawanan niya lang ako and she said, "Mare, huwag mong i-convert sa peso. I-convert mo sa dollar."

Nung kinonvert ko sa dollar, lumalabas na ang 400,000 dong ay equivalent sa $23–24. Kung iko-convert mo 'yun sa peso, a little over 1,000 pesos lang, tama ba?

Tama nga iyong half-full, half-empty glass na analogy. Puwedeng napamahal ka o nakamura, depende on how you look at it.

Mula noon, hindi ko na kino-convert sa peso ang mga pinamili ko na goods at pinambabayad ko sa pagkain. Tutal, dollar naman ang pinapalit ko to Vietnam dong, hindi peso.

Lesson learned: You always have a choice on how you look at things. Puwede mong tingnan ang negative side, or puwede mong piliin ang positive side. Kung paano mo hinaharap ang mga bagay na dumarating sa iyo, nasa sa iyo iyan.

Isinulat noong 2008. Iba na ang conversion rates ngayon.

3.
Laugh trip

Lahat tayo nadadapa. Pero ayos lang 'yun. Ang mahalaga, mabilis tayong bumangon. At mayroon tayong mga kaibigan na handang tumulong pagpagin ang alikabok sa ating katawan, mga kaibigan na in a few years ay kasama pa rin nating pinagtatawanan ang nakaraan.

– "Nadapa ka na ba sa Ayala?"

Pakwan ♥

Iyan ang YM status ko ngayon: Pakwan, anyone?

Wala akong watermelon na inaalok. Sabi kasi nung officemate ko, aliw daw iyong kulay ng blouse ko—kulay watermelon.

Sabi ko, "Pakwan ako ngayon." Nagtawanan sila. Saka ko lang na-realize na may malisya pala iyong sinabi ko.

Parang iyong minsang nagla-lunch kami ng mga officemate ko. Nabanggit ko lang na naglalaway iyong okrang kinakain ko, ang lakas ng tawa nila. Parang ang bastos daw ng dating.

Sabi ng housemate ko, gaano man ka-wholesome ang hirit, kapag galing sa akin, bastos daw ang dating.

Susme, kung alam lang nila. Prude talaga ako. Pramis.

♥♥♥

Oo, prude ako. Pero hindi yata 'yun ang impression sa mga tao, eh.

Ewan ko ba, hindi naman pang-bold star ang aura ko, lalo naman ang katawan ko (although wish ko lang kasing-katawan ko sila), pero bakit kaya may mga tao na kung tratuhin ako ay para akong GRO na accommodating sa kahit kanino?

Naaalala ko tuloy iyong minsang nagbilyar at nag-inuman kami ng dati kong mga kaopisina. Lasing na ako noon kaya nakakakapit ako sa isa kong officemate nung palabas na kami ng bar.

Bigla niya akong inakbayan sabay bulong ng, "Ano, Noreen, saan tayo?" Tapos ang dami pa niyang sinabi na hindi ko na narinig pero iyong huling sinabi niya ay nagpatanggal ng amats ko.

"Sige na, no strings attached. Sex lang."

Tumawa ako nang malakas sabay sagot na, "Gago! Hindi pa ako ganoon ka-lasing."

Kumawala ako sa kanya at naghanap ako ng ibang kaopisina na puwedeng makapitan.

Noong high-school reunion naman namin sa Davao, may isa akong kaklase na nagyaya sa aking mag-joyride pagkatapos ng reunion.

Tinanong ko siya kung saan kami pupunta. Sagot sa akin, sa langit daw.

Hindi ko na matandaan kung ano iyong sinagot ko sa kanya basta ang naalala ko iyong sinabi niya na, "Sige na, taga-Manila ka naman, eh. Hindi ba ang mga taga-Manila, may reputasyon sila na game?" (What the . . .)

Hindi ako game. Uulitin ko, prude ako. Dalawang lalaki na ang namura at nasampal ko dahil akala nila, game ako.

Kahit na iyong isa sa kanila ay type ko, hindi pa rin ako bumigay kahit na maraming beses na muntik-muntikan na.

Isang dating kaopisina na ang nasumbong ko sa VP dahil sa dini-dirty talk niya ako at sinasabihan ng mga kalaswaan tulad ng, "Kelan ka ba magpapatira sa akin?"

May isang barkadang lalaki ang nagtanong ng isang sensitive na question habang ka-telebabad ko siya; bigla kong tinapos ang usapan namin at binabaan siya ng telepono.

Hindi ako game. Hindi ako pa-K na babae. Hindi ako nagpapapakwan!

Pechay ☺

Hindi kita boyfriend pero ang tagal kong pinag-isipan kung ano ang regalo ko sa iyo sa Pasko. Ilang tao muna ang kinonsulta ko. Para nga sigurado, bumili pa ako ng tatlong klase ng regalo. Kuripot ako pero sa regalo mo, hindi ako nagtipid. Binili ko talaga kung ano iyong alam ko na magpapasaya sa iyo, hindi iyong kailangan mo kundi kung ano ang gusto mo.

Hindi kita boyfriend pero kinarir ko ang pag-giftwrap sa box. Inulit ko pa nga dahil pangit ang pagkabalot ko noong una. At naka-limang palit ako ng gift tag. Gusto ko kasi maganda ang pagkakasulat ng "TO" at "FROM." Nakakatawa nga dahil noong nagbabalot ako ng regalo, dumikit iyong scotch tape sa kuko ko at noong nilagay ko na ang tape sa gift mo, may sumamang bahagi ng red nail polish ko. Parang symbolism 'yun. Part of me ay kasama na sa regalo na 'yun.

Hindi kita boyfriend pero kapag naiisip kita lagi, nawawala na ako sa sarili. Minsan nga, sa kaiisip sa iyo, hindi ko na napansin na sumasakay na ako sa escalator sa MRT Ayala, naka-payong pa rin ako. Nagmukha na siguro akong tanga.

Hindi kita boyfriend pero, grabe, pinagpapantasyahan na kita. Iniisip ko na ipakilala ka sa mga barkada ko. Kahit sa magulang ko. Potah. Ang layo na ng narating ko . . .

Hay . . . Natutunaw ako sa tingin mo. Kahit nasa bahay na ako, maalala ko lang kung paano ka tumingin sa akin, nawiwindang na ako. Parang gusto kong magkita tayong muli. Tapos, your mere touch brings shivers to the back of my neck. Lekat. Magkalapit lang skin natin, nakukuryente na ako. Pasensya ka na, minamalisya ko lang talaga lahat ng ginagawa mo. Ganoon yata iyon kapag gusto mo ang isang tao, 'di ba? Lahat ng ginagawa niya, gusto mong lagyan ng malisya.

Sa tuwing magkasama tayo, sobrang saya natin. Wala tayong ginawa kundi tumawa nang tumawa. Minsan nga, sa katatawa natin, bigla kang nautot . Dedma na sana ako eh, kaso ikaw rin ang unang nag-react. Nagtawanan na uli tayo.

Ilang buwan pa lang kitang kilala, pero alam ko na marami kang issues. Naiintindihan ko. Kaya nga hindi na muna ako umaasa na may mangyayari sa atin. Kasi marami ka pang inaasikaso at inaayos. Sa mga ilang beses na nagkakausap tayo ng mga seryosong bagay, nakikilala ko na kung anong klaseng tao ka. Sa likod ng kakulitan mo, may tinatago kang pangungulila sa isang bagay na importante ngayon sa buhay mo.

> Lahat ng ginagawa niya, gusto mong lagyan ng malisya.

Hindi kita boyfriend pero sa dalas nating magkasama at nagkakausap, may mga bagong bagay pa rin akong nadi-discover sa iyo. Nagugulat pa rin ako at oo, madalas ay nai-impress ako sa mga maliliit na bagay na nagagawa o nasasabi mo.

Hindi kita boyfriend pero tanggap ko na kung ano ka—issues and all. Ngayon pa lang, sobrang napasasaya mo na ako kapag magkasama tayo. Paano pa kaya kung boyfriend nga kita?

Ampalaya ♋

You: Punta ako sa inyo sa weekend ha?
Me: Bakit?
You: Wala lang, miss na kasi kita . . .
Me: (trying to stop myself from swooning) Asus!

Weekend came and went, ni anino mo, hindi ko nakita. Ni hindi ka nga nagparamdam. Ano ba naman iyong simpleng text lang na, "Hoy babae, 'di na ako pupunta diyan kasi I realized that I have better things to do than to spend the weekend with you?" Hindi iyong mukha akong tanga na naghihintay. I put my life on hold for you, gago ka, pero binabalewala mo lang 'yun.

Unang-una, I didn't ask for it. Hindi ko sinabing magkita tayo. Hindi ako nag-insinuate na gusto kitang makasama. May ibang plano nga sana ako para sa weekend, eh. Pero out of the blue, bigla kang nagparamdam. Bigla mong sinabi na gusto mong magkita tayo. Siyempre, na-excite naman ako. Kaya ayon, sa iyo na naman nakasentro ang buhay ko.

Tapos, ganon-ganon na lang.

Kahit naman ano ang dahilan mo kung bakit hindi ka pumunta, tatanggapin ko. Kahit sabihin mong namatay ang aso niyo, kahit alam kong wala kayong aso, maiintindihan ko. O kahit na anuman ang palusot mo, okay lang. Mas gugustuhin ko na iyon kasi at least, nag-isip ka ng palusot, ibig sabihin, iniisip mo pa rin ako. Kaysa naman sa hindi ka nagparamdam, hindi ko alam kung nakalimutan mo na lang ba na magkikita tayo o may iba kang mas gustong gawin kaysa makasama ako.

At huwag na huwag mong idadahilan sa akin na wala ka na namang load kaya hindi ka naka-text kasi alam ko, memoryado mo landline ko.

Two days na ang nakakalipas, ni wala ka man lang explanation kung bakit inindyan mo ako. Hindi naman ako nage-expect na mag-sorry ka, eh. Pero ano ba naman iyong sabihin mo sa akin kung bakit hindi ka dumating? Respeto man lang sana.

"Baka nagbago ang isip niya at hindi ka na niya na-miss," sabi noong officemate ko, na numero unong kontra sa iyo.

Sana hindi mo na lang ako pinaasa na magkikita tayo. Alam mo bang pagkatapos mong sabihin na pupuntahan mo ako dahil miss mo na ako ay super saya ko? Itanong mo man sa opisina. Muntik na nga akong magpa-ice cream sa buong department dahil sa sobrang saya. Pero wala rin, kabaligtaran nung saya ko ang naramdaman ko pagpasok ko noong Lunes, lalo na at tinanong ako ng mga tao, "Kumusta ang weekend?" sabay ngiti kasi alam nilang lahat na darating ka.

> Ano ba naman iyong sabihin mo sa akin kung bakit hindi ka dumating?

Naisip ko nga, bakit mo ba ako ginaganito? Aware ka ba na nasasaktan mo ako? Sinasadya mo ba 'yun? Ano ba talaga ang balak mo? Sa tingin mo, okay lang sa akin na bigla kang gagawa ng bagay na nakasasakit sa akin tapos bigla kang mawawala ng ilang araw, and then, ayan ka na naman na parang walang nangyari?

"Ganyan naman talaga mga lalaki, eh. Kapag naramdaman nila na unti-unti ka nang lumalayo, bigla ka nilang susuyuin. Actually, hindi nga suyo, eh—isang kalabit lang nila, okay na uli, natataranta na tayo uli."

Leche, hindi ako maghahabol sa iyo!

Paano kung bigla na naman siya magparamdam?

🎔🎔🎔

"Paano kung bigla na naman siyang magparamdam? Bigla ka na namang yayain na magkita kayo?" tanong sa akin ng officemate ko.

Leche ka, manigas ka! Hindi na ako magpapauto sa iyo. Bahala ka. Sa susunod na buburahin ko ang number mo sa cellphone ko, hindi ko na sasagutin kapag may nagi-incoming na hindi naka-register sa phone book ko.

Ayoko na.

Nadapa ka na ba sa Ayala? ☺

Naranasan mo na bang madapa sa Ayala Avenue ng rush hour? Ako, oo, noong isang gabi.

Nadapa ako sa may waiting shed sa Ayala, sa tapat ng maraming tao, sa tapat ng mga nagtitinda ng fishball at mais, sa tapat ng mga nakapila sa FX papuntang Laguna, Parañaque, at Cavite. Sa tapat ng mga taong araw-araw kong nakakasabay sa waiting shed na 'yun, mga taong posibleng ka-building ko, o katabing building na dinadaanan ko araw-araw.

Isang linggo muna akong hindi mag-aabang ng bus sa waiting shed na 'yun.

☺ ☺ ☺

"Okay ka lang?" sabi ng kaopisina ko matapos i-text sa kanya na nadapa ako sa Ayala.

"Oo naman, sanay na akong nadadapa," sagot ko.

Pang-ilang beses ko na ba ito? Maraming beses na.

Nadapa na ako noon sa UP, sa may Vanguard. Nadapa na rin ako sa tapat ng Oblation. Nadulas na ako sa MRT Quezon Ave. Station at napaupo sa semento (naka-dress pa naman ako noon). Nadapa na ako sa Divisoria. Nadapa na rin ako sa may Boni-EDSA (habang humahabol ng bus), at sa Crossing-EDSA (habang tumatawid. Buti, 'di ako nasagasaan). At noong isang gabi nga, sa may Ayala.

Pero ang pinaka-memorable na "dapa" ko ay noong high school. Papunta kaming magbabarkada noon sa bahay ng isang kaibigan.

At dahil malapit lang ang bahay nila sa school namin, naglakad lang kami.

Meron kaming dalawang lalaking classmate na sumusunod sa amin kaya kailangan naming tumakbo at magtago.

Hindi ako nakatakbo agad dahil may aso sa harap ko. Hindi napansin ng mga friends ko na naiwan ako. At dahil sa nahuhuli na ako, binilisan ko ang takbo.

At nadapa nga ako. Plakda. Face down.

Nagtatago sa likod ng bush ang mga friends ko nang bigla akong nag-appear sa harap nila, puno ng alikabok ang buong katawan. (Somebody commented later na para akong nadapa sa harina sa dami ng alikabok sa katawan ko, mula ulo hanggang paa.)

"Tabang-i ko ug pagpag beh (patulong naman magpagpag)," I said.

Tawang-tawa silang lahat sa akin kaya hindi nila ako natulungan agad. Habang pinapapagpag na nila ang damit ko at pinupunasan ang mukha ko, tawang-tawa pa rin sila.

Until now, kapag nagkikita-kita kaming magbabarkada, staple na ang "tabang-i ko ug pagpag beh!" na kuwento sa amin. At lagi kaming natatawa kapag nababanggit 'yun.

But looking back, 'di ba, that's what friends do? When you stumble, you pick yourself up, and expect your friends to be there to help you dust yourself off. And they are there to remind you na pinagtatawanan na lang ang mga ganoong bagay.

Isa pang memorable na insidente ay nangyari noong college ako. Pagkatapos kong mag-report sa klase at pabalik na ako sa upuan, nadulas ako sa harap ng buong klase! Napasigaw ang teacher ko pero tumayo agad ako sabay sabi sa buong class ng, "Kaya niyo 'yun?"

Natawa sa akin ang mga kaklase ko. Ang bilis ko raw bumawi.

Sa buhay, lahat
tayo nadadapa.
Pero ayos lang 'yun.

Oo, inaamin ko, flat-footed ako. Lagi akong nadadapa. Pero mabilis akong bumawi at tumayo. At kampante ako na kahit ilang beses akong madapa, nandiyan ang mga kaibigan ko, para tulungan akong pagpagin ang sarili.

Sa buhay, lahat tayo nadadapa. Pero ayos lang 'yun. Ang mahalaga, mabilis tayong bumangon. At mayroon tayong mga kaibigan na handang tumulong pagpagin ang alikabok sa ating katawan, mga kaibigan na in a few years ay kasama pa rin nating pinagtatawanan ang nakaraan.

Bawal sumabit ☺

Hindi ko nilalahat. Napansin ko lang, kung sino pa iyong may sabit—may girlfriend, ikakasal na, o may asawa na—'yun pa iyong malalandi.

Siguro kaya malakas ang loob nila kasi hindi nila tinatago ang status nila. At kapag nilandi ka nila, at pumatol ka, parang sinasabi mong okay lang at tanggap mo sila kahit may sabit na. Hindi na nila kasalanan 'yun. Kasalanan mo na yun.

Hindi lang isang beses nangyari. Hindi lang sa akin. Pati na sa mga kaibigan ko. Kapag single kasi at available, hindi ganoon kalakas ang loob. Pero ang mga may girlfriend at may asawa, kung makalandi, wagas. Daig pa ang single.

At heto ang theory ko—iyong mga married men o mga may dyowa na, naghahanap lang sila ng excitement sa buhay. 'Yung mga married, tinitingnan nila kung may bangis pa sila sa babae. At kaya malakas ang loob nila kasi puwede naman nilang sabihing nagbibiro lang sila. Puwede nilang i-deny.

Kapag ang single kasi nagsabing may gusto sila sa'yo, seseryosohin mo. Maniniwala ka agad. Pero kapag may sabit ang nagparinig, they can always get away with it. They can always say, "Nagbibiro lang naman ako, kumagat ka. Bakit mo ako seseryosohin eh may asawa na ako?"

Ikaw pa ang lumabas na feelingera ngayon!

At kung matagal ka nang single o tigang. Kung matagal ka nang naghahanap ng semblance of a relationship, it can be tempting. Magsisimula sa harmless chikahan. Harmless coffee or friendly lunch. Kasi pareho ninyong iniisip, may asawa naman siya. May girlfriend siya. Friendly date lang ito.

> Iyong mga married men o mga may dyowa na, naghahanap lang sila ng excitement sa buhay.

Pero hindi mo namamalayan, nag-e-escalate na. Hindi na harmless. May malisya na. At huli na para makawala ka—kasi nahulog ka na sa bitag nila.

Kaya aabot ka sa point na magsisimula ka na maniwala at umasa. Sabi niya on the rocks na sila. Sabi niya napapagod na siya sa relasyon nila at kailangan na niya kumawala. Kung anu-ano na rin ang naiisip mo. Baka hindi niya talaga mahal at napikot lang siya. Baka iiwan niya ang girlfriend niya para sa akin. Baka hihiwalayan niya ang asawa niya para sa akin.

No, he won't.

May kaibigan ako, in love siya sa lalaking ikakasal na. "Nasa kanya na lahat ng gusto ko sa isang lalaki," she said. At sinabi ko, "Oo, nasa kanya na lahat. Pati fiancée!"

Ilang beses na namin siyang pinagbawalan. Huwag pumatol. Iwasan habang maaga. Pinapasakay ka lang. Hindi niya iiwan ang dyowa niya para sa iyo.

Pero sabi ng friend ko, napapasaya kasi siya ng lalaking ito. At kahit na ilang beses na niyang sinubukang iwasan, hindi niya magawa. In love eh. Sabi niya, ngayon niya lang naramdaman ito. Ngayon lang siya nakakilala ng lalaki na almost perfect—may sabit nga lang.

Ang sabi ko na lang, kung napapasaya siya ngayon ng maling lalaki, paano pa kaya kapag dumating na yung tamang lalaki?

Ayun. Buti naman nauntog din. Pero hindi lahat ng babae tulad ng friend ko na natatauhan at nahihimasmasan. Mas marami ang patuloy na nabubulag at nagpapakabaliw, pumapayag maging other woman. Mas maraming umaasa na balang araw, mapo-promote din sila bilang legal na dyowa.

Pero kung sakali man mangyari 'yun, 'yung dati kang nakikisabit, tapos ngayon, legal ka na, magiging masaya ka ba? Magiging panatag ka ba? Kasi kung nagawa niya 'yan sa girlfriend at asawa niya, paano ka makakasigurong hindi niya 'yan magagawa kapag kayo na?

Oo, nasa kanya na lahat. Pati fiancée!

If you started out as his number two, don't expect to be the only one in his life. Because even if you become his number one, he can always find another number two.

At siyempre ayaw mo ng ganoon, 'di ba? Ayaw mo ng lagi kang may kahati. Kasi kung magmahal ka, buo eh. Ang unfair kung binibigay mo na lahat pero nakikisabit ka lang ng oras, ng atensyon, ng pagmamahal. Deserve mo din naman ng lalaking magmamahal sa iyo ng buo, at hindi kung ano ang natira pagkatapos niya sa legal niyang dyowa.

Kaya kapag may nauna na sayo, huwag na lang sumabit.

Complain o complaint? 🐾

Kahapon, kausap ko sa YM ang isang barkadang lalaki. Kabibili lang kasi ng treadmill ng housemate ko kaya kinukumusta ito ng barkada ko.

Him: *Musta na ang threadmill?*
Me: *5 minutes ko ginamit kagabi. Actually, hindi nga 5 mins, eh . . . 3 mins lang.*
Him: *Ano ba tamang spelling n'yan. Treadmill right? O threadmill?*
Me: *Treadmill :D*
Him: *Tangna sobrang alien sa akin ng device na 'yan hindi ko alam spelling.*
Me: *Ahahahaha.*
Him: *At kung manliligaw n'yo ako siguradong sibak agad ako sa standards n'yo . . . hehe . . . treadmill lang 'di alam ang spelling!*

Noong kinuwento ko sa dalawang housemates ko ang YM conversation namin ng barkada ko, natawa sila. Pero totoo kasi, eh. Mataas nga yata ang standards naming magkakaibigan.

Iyong isang housemate ko, turned off na siya sa manliligaw niya dahil noong sinabi niyang eclectic ang taste n'ya sa music, pinagdudahan siya ng guy kung may word daw ba na eclectic.

Iyong isa kong kaibigan, pinagtatawanan ang ex-BF niya na ang pronunciation ng *penis* ay *pennies*.

May crush ako sa office na nung sinabi niyang *fa-keyd* ang salitang *façade* ay hindi ko na crush.

Meron naman akong suitor na nagtanong kung ano raw ang difference ng "complain" at "complaint." Sinabi ko na ang "complain" ay verb at ang "complaint" ay noun. Ang sabi sa akin, napaka-complicated daw ng paliwanag ko!

Naaalala ko rin na tawa kami nang tawa ng mga kaibigan ko nang may isang guy sa bar na nagbigay ng tissue na may nakasulat na "your all so cute."

Hindi naman kami naghahanap ng perpektong tao kasi kahit naman sino, nagkakamali sa grammar, pronunciation, at sa spelling.

Pero hindi ko kasi maiwasan, eh. Lalo na at editor pa ako. Sanay akong maghanap ng mali sa mga binabasa ko. Kaya may wrong grammar, or wrong spelling lang, turned off na ako.

Pero siguro naman, kapag nahanap ko na ang right guy, kahit na hindi niya alam ano'ng ibig sabihin ng *chimera*, o ano'ng tamang pronunciation ng *rendezvous*, kahit hindi niya alam ang kaibahan ng "complain" sa "complaint," okay lang, mamahalin ko pa rin siya.

Ang buhay nga naman . . . ☺

O ctober 24, 2005, I posted this on my blog:

"Nang dahil sa *Pinoy Big Brother* (PBB), nadulas ako sa hagdan kagabi. Nalaglag ng apat hanggang limang steps. Sumalpak sa sementong sahig. At na-ER kaninang umaga sa Makati Med. Pero okay na ako.

"Medyo masakit pa rin iyong pinagbagsakan ko pero naturukan na ako ng pain killer, at na-X-ray na rin at nalamang wala namang nabaling buto.

"Ngayon, nagwe-wear off na iyong epekto ng pain killer. At medyo nararamdaman ko na uli iyong kirot tuwing gumagalaw ako. Pero 'di bale, may mga gamot na rin ako for the pain. Lalaklakin ko lang ito later, and I will be okay."

Hindi ko maamin noon sa blog kung bakit ako nalaglag. At kung sinong hinahabol ko sa *PBB*. But all my friends knew na kaya ako nahulog dahil kay Sam Milby.

Hinahabol ko siya sa TV noon. Nahulog ako sa hagdan dahil sa kanya. Hindi ko inaasahan na five years after ko mahulog sa hagdan, makikilala ko siya.

And now, years later, heto na kami.

Warm and tight hugs ang binibigay niya tuwing nagkikita kami. Nakakapag-usap kami about his work and some personal stuff. Nakapunta na ako sa bahay (at sa kuwarto!) niya. Tinext niya ako para i-greet noong birthday ko. Kasabay ko siya mag-grocery sa S&R. Nakalaro ng Pictionary at nakasamang manood ng sine!

Hindi kami close ni Sam Milby. Pero nao-overwhelm ako sa tuwing naaalala ko kung nasaan ako noon, at kung nasaan na ako ngayon.

Noon, nahulog ako sa hagdan dahil kay Sam Milby.

Nagwo-work ako sa Ayala Avenue noon habang nagra-writing workshop sa ABS-CBN at simple lang ang pangarap ko noon—ang makita siya sa personal.

> Minsan talaga, life surprises you.

The universe gave me more.

Minsan talaga, life surprises you. Iyong mga hindi mo inaasahan, iyong mga hindi mo inaakala, binibigay sa iyo.

Kaya, dream big! Baka magulat ka na lang sa kung ano'ng puwedeng mangyari sa iyo in a few years, months, weeks, days from now.

Switch 💕

May mga oras ba na wini-wish mo sana may switch ang puso mo? 'Yung puwede mong i-on at i-off kung kailan mo gusto?

Halimbawa, ayaw mo na sa dyowa mo. Sawa ka na maging martir. O kaya pagod ka na sa kakahabol sa crush mo na ilang taon mo nang pinagpapantasyahan pero dedma pa rin sa iyo. Magde-decide ka na lang na ayaw mo na. Kaya pipindutin mo iyong switch: OFF. Tapos. The end. Bukas, paggising mo, wala ka nang nararamdaman sa kanya.

O kaya ang tagal ka na sinusuyo ng manliligaw mo. Mabait naman siya. May matinong trabaho. Pero hindi mo lang siya talaga siya mahal. O baka may kaibigan ka na umamin na type ka niya. Kahit wala kang nararamdaman para sa kanya, sana may button na puwede mong pindutin tapos—boom! Iyun na. Mahal mo na siya. Kayo na agad.

But it doesn't work that way. Pakshet, 'no? Nakakabuwiset. Ang mas nakakainis, bakit kung sino 'yung gusto natin, 'yun pa 'yung ayaw sa atin? At 'yung may gusto sa atin, ayaw naman natin.

Oo, walang switch o button na puwedeng pindutin para paandarin o patigilin ang love natin para sa isang tao.

Hindi natin alam kung kelan ito darating. Hindi rin natin alam kung kelan mawawala. It can happen in an instant. Or it happens gradually.

And that's the beauty and the curse of it.

Dahil ganoon naman talaga ang love. Hindi pinipilit. Hindi inuutusan. Hindi kayang pigilan. At kapag naramdaman mo na, ang tanging magagawa mo na lang ay tanggapin at pagdaanan.

Anvil Plus
(o Q&A portion para kay Noringai, Part 1)

1. Ano ang paborito mong libro?

Paiba-iba. Noong teenager ako, *The Other Side of Midnight* saka *Rage of Angels* by Sidney Sheldon. *Tuesdays with Morrie*, *She's Come Undone*, *Stardust*, and *Good in Bed* when I was in my twenties. Now in my thirties, *Thirteenth Tale*, *Belong to Me*, and *Shopgirl*.

2. Sino ang paborito mong artista?

Johnny Depp

3. Kumakanta ka ba habang nagsho-shower?

Oh yes. With the shampoo bottle as my microphone.

4. Sinong sikat na writer ang gusto mong maka-collaborate sa isang libro?

Bob Ong? #WowTaasNgPangarap

5. Ano (o sino) ang inspirasyon mo sa pagsusulat?

I write based on my experiences or the experiences of other people.

4.
Drama queen

Hindi kayang bilhin ng pera ang kaligayahan. At hindi kayang ibalik ng pera ang mga oras na lumipas . . .

– "Parang kelan lang"

Alam mo ba 'yung aneurysm? ☺

Alam mo ba 'yung aneurysm?

Ang alam ko lang noon, madalas itong cause of death ng mga tao. Basta pumutok na lang iyong ugat sa utak. Walang symptoms. Bigla na lang nangyayari. Ayon, kapag pumutok iyong ugat mo, at 'di naagapan, patay ka.

Sabi sa akin, 10% lang daw ang survivors nito. I have yet to verify that. Pero kung totoo man 'yun, suwerte ko, kasi parte ako ng 10% survivors na 'yun!

Noong January 11, 2011 (1-11-11), at around 3 a.m., I suffered a ruptured aneurysm.

It was an ordinary day for me, wala akong kamalay-malay that in a few hours, manganganib ang buhay ko. I had late dinner with my friends from work, nagtatawanan at nagkukuwentuhan pa kami habang kumakain ng kare-kare at sinigang na baboy.

Around 1 a.m., umuwi na ako. Hinatid ako sa condo noong executive producer ko kasi he was on his way to the taping.

Sa condo, nag-tweet pa ako at nagsulat ng status sa Facebook ng 1:11 a.m. on 1-11-11. Wish wish wish. Tapos nagsulat nang kaunti sa journal. Nag-toothbrush. Nagbihis. Nanood ng DVD at nag-ready nang matulog.

And then I felt it—the worst headache ever. Parang binibiyak ang ulo ko. It was the first time I felt that kind of headache— as in sobrang sakit. Naiyak ako sa sakit. And the first thing I did, I unlocked my door.

Praning kasi ako. Kapag bumulagta man ako, at least hindi naka-lock ang pinto ko, makakapasok sila at makikita nila ako. Kau-unlock ko lang ng condo nang masuka ako. Suka ako nang suka. That was when I decided that I had to call help.

Tinawagan ko ang headwriter ko who lives a floor below. Past 3 a.m. na, siguradong tulog na siya, but I had to call him. At habang dina-dial ko ang number niya, suka pa rin ako nang suka.

Suwerte ko, kasi parte ako ng 10% survivors na 'yun!

Buti na lang nagising siya sa tawag ko. A few minutes after, we were on our way to the hospital.

I have a vague recollection noong nasa hospital na kami. Ang alam ko lang, pinapirma lang ako ng waiver to say na hindi ako buntis. Tapos kung ano-anong tests na ang ginawa sa akin. And I can't remember anything after that.

I was in the ICU. And I was told I was in and out of consciousness for three days, pero madalas, unconscious ako. I had a ventilator so I could breathe. I had several tubes inserted into my body. And they had to tie my hands and feet kasi I was removing the tubes daw whenever I was awake.

Nagkaroon lang ako ng ulirat talaga after four days. When I woke up, Nanay and my siblings from Davao were there. My ate who is based in the US was also there na. That was when I realized kung gaano kagrabe ang sakit ko.

Bawal ang cellphone sa ICU but I had my Blackberry with me, so I was able to tweet and visit Facebook. That was when I felt I was loved. Ang daming comments sa wall ko while I was asleep. Puro "Gising na, Noringai" and "Laban lang, Noreen!" ang nakasulat.

So I was in the ICU for two weeks. And then I had surgery para i-clip iyong aneurysm and I stayed at the hospital for another week. Three weeks sa hospital. More than 2 million na gastos.

Pero sobrang thankful ako sa network at sa mga taga-network dahil sa tulong nila. Sobrang thankful ako sa mga kaibigan ko who stayed with me, who visited me while I was at the hospital, and sa mga friends ko na nag-pass-the-hat para makatulong sa gastos. Sobrang thankful ako sa nurses at doctors who kept me alive. Sobrang thankful ako sa lahat ng tao na nagdasal para sa akin—from FB to Twitter to Peyups and PEX, kahit hindi ako kilala, pinagdasal nila ako. Pero higit sa lahat, sobrang thankful ako sa Diyos, for giving me another chance to live, for this second life.

I have to find out what's my purpose pa.

My doctor told me it was a miracle I got out of this alive. My surgeon said God has other plans for me and I have to find out what's my purpose pa, kaya naman every day, I thank God for this.

I was discharged from the hospital on February 1. My surgeon said I should behave, and that I should take care of his masterpiece (meaning, the surgery he did on me). I told myself, this is my second life. Hindi lahat ng tao nabibigyan ng chance na ma-extend ang buhay. I was blessed. Kaya sa new life ko, I want to be a much better person.

My ate asked me, kung hindi ako umabot ng hospital, kung hindi ako nabigyan ng second chance at na-deds ako noong araw na 'yun, saan daw kaya ako pupunta? And although I know I have a personal relationship with God, at wala akong mortal sin na nagawa, hindi naman ganoon kalinis ang lifestyle ko. Hindi ako ganoon kabait. May galit sa puso ko. Hindi ako santa kaya hindi ako siguradong mapupunta ako sa langit.

Kaya dito sa second life ko, aayusin ko na ang buhay ko. Pipilitin ko to be a better Christian. Hindi lang sa pagsisimba every Sunday, kundi sa pakikitungo ko sa mga tao, on how I live my life, and in my actions, thoughts, and words.

Make the most
of your life.

The aneurysm was a wake-up call for me. It made me realize how unpredictable life is. Hindi mo alam, tatawa-tawa ka with friends now, after a few hours, wala ka na, deds na. Kaya make the most of your life, and live your life like Christ did, para kapag when you come face to face with God, you'll be sure that you will enter heaven.

Walang pakundangan ♡

Nami-miss ko na ang ganitong pakiramdam.

Iyong hindi mo napansin na dumaan na pala ang suweldo at 'di ka kumuha ng talent fee sa cashier, kasi hindi pa ubos 'yung pera mo from your previous suweldo.

Iyong keri mong gumastos ng 10,000 pesos sa isang punta lang sa S&R.

Iyong 'di mo na pinag-iisipan ang mga binibili mo. Tipong may nakita ka lang na sale ng flatscreen TV, bumili ka agad kahit may TV ka pa. Kasi sale, eh.

Iyong kapag kasama mo ang mga pamangkin mo, tapos kahit ano'ng gusto nila, kahit ano'ng ituro nila, bibilhin mo para sa kanila.

Iyong kapag may nabalitaan kang kaopisina na namatayan o na-ospital, o may magbi-birthday at may surprise kayo, bigay ka agad ng pera, kebs sa amount.

Iyong galante ka magbigay ng regalo. Kahit hindi mo ka-close, gumagastos ka ng ilang libo.

Iyong shopping ka nang shopping ng damit at bag, kahit na marami pang damit sa closet mo na hindi mo nagagamit at umaapaw na ang kuwarto mo sa bag mo.

Iyong kapag may bagong restaurant, susubukan n'yo agad ng mga kaibigan mo.

Iyong kapag may sale ng plane ticket, book agad kayo ng flight sa kung saan. Travel dito, travel doon.

Iyong taxi ka lang nang taxi kasi tinatamad kang mag MRT or mag-commute, o ayaw mong maglakad.

Iyong wala kang pakundangan sa paggastos kasi iniisip mo, hindi naman nauubos ang pera mo. May dumarating tuwing suweldo.

Ganyan ang lifestyle ko noon. Feeling ko kasi, naghihirap ako para kumita ng pera, eh. I deserve to pamper myself. Ibigay ko naman sa sarili ko. Reward ko sa sarili ko.

Pero, ayon. Na-ospital ako.

Hindi natin alam kung ano'ng mangyayari sa future.

Iyong nagastos ko sa hospital, enough na para makabili na ako ng isang condo unit at isang kotse. At 'yun ang unti-unti kong binabayaran ngayon.

Iyong susuwelduhin ko in the next three years, mauuwi sa pambayad sa hospital bills.

Kaya wala na munang shopping. Wala na munang kain sa labas. Wala na munang travel. Wala na munang luho.

Natututo na akong mag-MRT ulit, at mag-bus or FX. Sinasanay ko na ang sarili kong maglakad at kumain sa bahay.

Ganito pala ang pakiramdam ng naghihirap. Higpit-sinturon na lang.

Pero sa tuwing naiisip ko iyong financial state ko ngayon, iniisip ko na lang, "At least buhay ako. Hindi kayang bayaran ang buhay."

Kaya oo, nam-imiss ko ang lahat ng ginagawa ko noon. May pagsisisi rin. Sana hindi ako naging maluho. Sana hindi ako naging bulagsak sa pera. Sana mas marami iyong naipon ko.

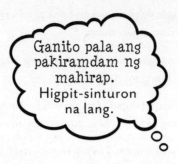

Ganito pala ang pakiramdam ng mahirap. Higpit-sinturon na lang.

Ikaw na nagbabasa nito, wala ka rin bang pakundangang gumastos? Hindi porke't pinaghirapan mong kitain ang pera, ibubuhos mo lahat para sa sarili mo. Hindi dahil sa tuwing suweldo, may tinatanggap ka, keri lang gumastos nang gumastos.

Walang katiyakan ang buhay. Hindi natin alam kung ano'ng mangyayari in the future. Hindi masamang mag-enjoy at magpakasaya. Deserved natin iyan, eh! Pero hindi rin masama ang magtabi ng kaunti at mag-ipon. Para mas ma-enjoy mo sa darating na panahon. Ang tawag diyan, delaying gratification.

Parang kelan lang 🐚

Natatandaan mo pa ba? Iyong mga panahong naghahalungkat ka ng barya sa mga bag mo para pambili ng pan de coco at pansit Canton? Malayo pa kasi ang suweldo. At wala kayong pambili ng pagkain ng best friend at housemate mo. Kaya lahat ng bag ninyo, hinahalungkat ninyo, hoping na may makita kayong kahit bente pesos lang. O limang piso na coin na kapag naipon, pantawid-gutom na rin. Halagang bente pesos, solb na kayong dalawa. Sampung pan de coco. Dalawang pansit Canton sa tindahan sa labas ng apartment ninyo. Kapag may baryang dalawang piso, ibibili ninyo ng dalawang pirasong Chocnut. For dessert.

Parang kelan lang. Galing sa ukay ang suot mong blouse. Ang bag mo, nabili mo sa tiangge sa Greenhills. Three hundred pesos lang ang sapatos mo, galing Landmark. Kaya ka lang nagkaroon ng sosyal na pabango dahil nabili mo ng tingi, iyong tinatakal at 40 pesos per 1 ml.

Kapag araw ng suweldo ka lang nakakakain sa labas. Halagang 350 pesos per meal. Treat na sa iyo 'yun. Bihira 'yun. Sa araw ng suweldo ka lang din nakaka-grocery. Natatandaan mo iyong wala pang suweldo pero paubos na ang shampoo mo? Nilalagyan mo na lang ng tubig 'yung bote para dumami.

Isang buwan mong pinag-ipunan ang dalawang libong ginastos mo para sa unang beses mong umakyat ng Baguio kasama ang barkada mo. Ilang beses kang napuputulan ng pager service dahil hindi ka makapagbayad ng 250 pesos na monthly fee. Inuutang mo sa housemate mo ang renta dahil kapos ka at hindi mo kaya ang 1,500 pesos a month na share mo.

Iyong kauna-unahang PC mo, binili mo sa Greenhills. Twelve thousand. Inutang mo pa sa best friend mo na binabayaran mo kada suweldo ng 500 pesos. Iyon ang ginamit mo sa pagsulat ng raket sa isang magazine. At eventually, pagsulat ng script nang maging TV writer ka.

Parang ang tagal na noon, at parang ibang-iba ka na sa taong 'yun.

Ngayon, ang daming damit sa cabinet mo na hindi mo pa nagagamit—may tag pa—at last year mo pa binili sa mamahaling tindahan. Totoong leather ang gamit mong bag na ang presyo ay isang buwang suweldo na para sa iba. Nakakalula ang halaga ng mga tsinelas na inaapakan mo. Game ka sa mga biglaang buffet sa hotel, na hindi inaalala kung magkano ang ibabayad mo. Kapag bored ka, nagbo-book ka ng flight o kaya nagsho-shopping online. Mga deals and coupons na nasasayang lang dahil hindi mo naman nagagamit.

Ang laki na nga ng pinagbago mo. Ang layo na ng narating mo. Pero bakit parang mas masaya ka pa noon? Noong simple lang ang buhay? Noong wala kang masyadong pera?

> Ang layo na ng narating mo, pero bakit parang mas masaya ka pa noon?

Kapag iniisip mo ang mga taon na lumipas, mas masaya ka noong nasa unang apartment ka, kasama ang dalawa mong kaibigan. Kahit pansit Canton at pan de coco lang kinakain mo, masaya pa rin kayo. Nangingiti ka tuwing naaalala mo iyong isang Friday night na wala kayong pera, nagpatugtog kayo ng mga dance songs sa apartment, nagtimpla ng pomelo juice, pinatay ang ilaw, at nagkunwaring nasa club kayo. O iyong mga panahong umiinom kayo ng Tanduay na tubig ang chaser, dahil 'yun lang ang afford ninyo.

Mas malutong ang tawa mo noon. Mas totoo ang saya mo. Mas tapat ang mga taong nakapaligid sa 'yo.

Tama nga sila. Hindi kayang bilhin ng pera ang kaligayahan. At hindi kayang ibalik ng pera ang mga oras na lumipas.

Sabi nga ni Katy Perry, "All this money can't buy me a time machine . . ."

Ngayong matanda ka na, parang ang dami mong gusto sabihin sa younger self mo. Ang dami mong gustong baguhin. Ang dami mong gustong balikan at ayusin. Kung puwede lang sana.

I guess it's one of the saddest feelings—'yung ma-realize mo na mas masaya ang buhay mo noon, pero hindi mo masyadong na-appreciate. Hindi mo napahalagahan. At ngayon, lipas na. Hindi mo na mababalikan.

But it's not too late. Kaysa mag-wallow ka sa kalungkutan, at panay ang balik sa nakaraan, gamitin mo na lang ang mga natutunan mo at i-apply sa buhay mo. Alam mo na kung ano ang talagang magpapasaya sa 'yo— gawin mo. Hanapin mo, and make the most out of it. Kaysa pagsisihan mo na naman ito, ten to fifteen years from now.

> Tama nga sila. Hindi kayang bilhin ng pera ang kaligayahan.

So gusto mong mag-solo? 🤳

Kahit ano'ng palabas ay puwede mong panoorin sa TV. Puwede kang makipag-telebabad hanggang madaling araw. Walang problema kahit na mag-inuman kayo ng mga kabarkada mo at makitulog sila sa inyo. Hindi mo na kailangang magpaalam sa magulang kung lalabas ka at okay lang umuwi sa bahay ng lasing. Ito ang mga puwede mong gawin kapag hindi ka na nakatira sa bahay ng magulang mo. Ito ang perks ng buhay-independent. Ito ang pinapangarap ng halos lahat ng kakilala ko.

Noong nasa elementary ako, may napanood akong episode sa isang drama series tungkol sa tatlong magkakaibigan na nakatira sa iisang bahay. Tandang-tanda ko pa iyong eksenang isa sa kanila—si Cherrie Gil pa yata iyon—ay naka-pajama, kakagising lang at kumakain ng isang malaking bag ng potato chips for breakfast.

Sobrang nag-stick sa isip ko ang scene na iyon at sinabi ko sa sarili ko, paglaki ko, gusto ko ng ganoon. Gusto kong tumira sa isang bahay kasama ang mga kaibigan ko at kakain ako ng potato chips for breakfast at walang makikialam sa akin.

That childhood dream of independence materialized when I went to college and lived in a dormitory. Ganoon pala iyong feeling ng walang magulang na nagbabantay. Walang gumigising sa akin sa umaga at puwede akong hindi pumasok sa klase para matulog buong araw.

Kahit na inaabot ako ng gabi sa SM City North EDSA ('yun lang ang pinakamalapit na mall sa UP noong college ako), okay lang. At puwede akong kumain ng Piattos at V-Cut for breakfast na hindi nakakarinig ng sermon mula sa nanay ko na hindi mabuti sa katawan iyon.

Sobrang na-enjoy ko ang independence ko kaya noong grumaduate ako at nagtrabaho na, I moved into an apartment with my friends. Dahil roommates ko na since college ang mga kasama ko, parang extension lang ng dormitory ang apartment namin. Only better dahil walang mga manang na nagsi-screen ng mga tawag at bisita. Walang pila sa banyo. Walang curfew. At puwedeng magpatulog ng kahit sino sa kuwarto.

It was pure bliss, indeed. Hindi ba pangarap nating lahat ang mamuhay mag-isa at walang nagsasabi kung ano ang dapat at hindi natin dapat gawin? But the best things in life are not really free because independence has a price. And it doesn't come cheap.

Siyempre, may buwanang renta ka na aalalahanin. Idagdag mo pa ang kuryente, tubig, telepono, at association dues. At dahil hindi ka na nakatira sa magulang mo, ikaw na mismo ang bibili ng mga gamit na dati ay nanay mo ang bumibili tulad ng toothpaste, sabon, at shampoo. Ikaw na rin ang bahala sa pagkain mo araw-araw.

Noong bago pa lang akong nagtatrabaho, naranasan ko na kumain ng pansit Canton at pan de coco for lunch. Minsan naman, pupunta ako sa bahay ng kaibigan para makalibre ng dinner. Iyong mga discount coupon ng McDo, lahat iyon tinatago ko. Naranasan ko nang mag-ulam ng tukneneng at maghagilap ng barya sa mga bulsa para lang may pamasahe. Nagawa ko na ring haluan ng tubig ang shampoo para dumami dahil malayo pa ang suweldo at wala pa akong pambili.

Kung nakatira ako sa magulang ko, hindi mangyayari sa akin 'yun. Paggising ko, hindi ko na poproblemahin ang kakainin ko dahil nakahain na sa lamesa. Hindi tulad noong naka-apartment ako, madalas hindi na ako nagbe-breakfast dahil wala na akong oras mag-prepare. At pag-uwi ko naman sa gabi, masyado na akong pagod sa trabaho para magluto kaya nagbubukas na lang ako ng delata o kaya nagtitiyaga sa tinapay at liver spread.

Marami pang disadvantages ang nagsosolo, like being alone and not having someone to take care of you. Naalala ko noong mag-isa lang ako at inaapoy ako ng lagnat. Lumabas ako ng bahay na nanginginig sa ginaw (dahil alas-sais pa 'yun ng umaga) para lang makabili ng Sky Flakes sa tindahan. Dahil kailangan kong kumain bago uminom ng gamot at walang pagkain sa bahay.

May isang gabi rin na bigla akong nag-palpitate at wala akong kasama kaya tinawagan ko ang barkada ko at sinabing iwan niyang nakabukas ang cellphone niya para matawagan ko siya in case of emergency.

But then these things make us smarter and stronger. Puwede kong sabihin na kaya ko nang tumayo sa sarili kong paa. Ang dami kong natutunan mula nang bumukod ako sa magulang ko.

Noong bata ako, hindi mo ako mapapahugas ng plato at mapapalaba. Inuuwi ko ang mga undies ko at pinapalabhan ko pa sa nanay ko noong nagdo-dorm ako. Pero noong bumukod ako, naga-allot ako ng isang weekend kada buwan para maglaba.

Natuto na rin akong magluto para makatipid. Sa umpisa, umaasa ako sa delivery at take-out pero na-realize ko na halos doble ang gastos kapag kumakain ako sa labas.

Marunong na rin akong mag-budget ngayon. Proud akong sabihin na kabisado ko na kung saan mura mamili ng grocery. Iyong two-peso difference ng Supermarket R sa Supermarket H ay malaking bagay na kung tutuusin.

Natuto na rin akong maging responsible at maging accountable sa lahat ng ginagawa ko. Lalo na noong maliit pa ang suweldo ko. Halimbawa, dahil nag-overspend ako sa damit at sapatos, magtitiyaga na muna ako sa sardinas na ulam. O kaya dahil sa malaki ang bill ko sa telepono, hindi muna ako gigimik ng isang buwan.

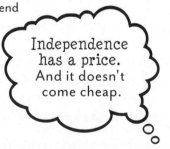

Independence has a price. And it doesn't come cheap.

Nakaganda rin sa relasyon namin ng parents ko ang paghiwalay ko sa kanila. Dahil hindi kami madalas na magkasama, hindi na rin kami nag-aaway ng nanay ko. Mas naging close nga kami noong umalis ako ng bahay namin at mas nakakapag-usap na kami ngayon. At noong buhay pa ang tatay ko, nabibiro ko na at nakaka-inuman ko pa kapag may family reunion kami.

Ang daming advantages ng pagiging independent pero ang dami ring trade-off. Puwede kang pumunta saan mo man gusto at gumimik hanggang madaling araw pero kapag naubusan ka ng pera at malayo pa ang suweldo, dapat handa ka ring kumain ng pansit Canton kapalit ng isang disenteng meal.

These things make us smarter and stronger.

Puwede kayong mag-party at mag-inuman magdamag sa bahay mo pero isipin mo rin na kinabukasan, pagkatapos ng kasiyahan at nag-uwian na ang mga kaibigan mo, maiiwan ka para maglinis ng kalat, maghugas ng plato, at magtapon ng mga basyo.

Walang magulang na nakikiaalam sa kilos mo pero ikaw ang maglalaba ng damit mo, magluluto ng pagkain mo, magflo-floorwax ng sahig, maglilinis ng toilet bowl, magtatapal sa tumutulong bubong, at magtatapon ng dumi ng pusa na nasa balkonahe.

Kapag nakabukod ka, you are free to do what you want to do pero kailangang handa ka sa consequences ng actions mo. Kung may mali kang desisyon, sarili mo lang ang masisisi mo. At may mga panahon na mararamdaman mo na mag-isa ka lang at wala kang ibang matatakbuhan kahit nasa kabilang kuwarto lang ang housemate mo.

So ano, gusto mong mag-solo?

Paano kung wala ng next time? ♡

Matagal ko na gustong pumunta ng Bohol. Bata pa lang ako, akala ko nakakain talaga iyong Chocolate Hills. Saka ko na lang nalaman na hindi pala totoong tsokolate 'yun. Pero pinangarap kong makarating doon balang araw.

Noong nauso ang murang plane ticket, ilang beses namin binalak mag-Bohol ng mga kaibigan ko. Dahil maganda raw ang beach. Dahil sa tarsier. Dahil sa mga lumang simbahan.

Pero inuna namin ang pag-book sa iba't ibang bansa. Katuwiran ko, malapit lang naman ang Bohol. Madaling puntahan.

Hanggang sa niyanig nga ng lindol ang Bohol noong October 15, 2013. Nasira ang mga historical na simbahan. Gumuho ang viewing deck ng Chocolate Hills.

Sinasabi nilang hindi na maibabalik iyong mga dati. Kahit naman gayahin nila yung itsura ng mga gumuhong simbahan, kahit magtayo sila ng panibagong viewing deck para makita ang Chocolate Hills, alam mong iba na ito.

Kapag may gusto ka na bagay, dapat pala ginagawa mo na agad bago maging huli ang lahat. Baka wala ka ng chance. Baka wala ng next time.

It's a tie! ☺

Hindi ko alam kung ano ang mas mahirap at masakit: ang patuloy na umasa sa isang bagay na hindi mo alam kung mangyayari? O ang sumuko na lang at tanggapin na hindi na talaga ito mangyayari?

It was just a dialogue that I wrote for a drama series pero noong napanood ko na sa TV, parang nangungusap sa akin 'yung character. It just hit too close to home.

Naramdaman mo na ba ito? Dumating ka na ba sa puntong napapagod ka na maghintay sa isang bagay na hindi mo alam kung darating pa? Kung mangyayari pa? Iyong parang gusto mo na sumuko at tanggapin na hindi ito para sa iyo. Na hindi na ito mangyayari kahit kailan.

Pero hindi ba, alin man ang piliin mo, parehong mahirap gawin. Should you continue to wait or give up now? Should you hold on a little longer or should you let go?

Parehong mahirap at masakit. Pero hindi ba, mabuti na iyong nasasaktan ka habang naghihintay, kesa nasasaktan ka na sumusuko?

5.
Kung masokista ka, mag-writer ka

Every rejection. Every failure. Every heartache. May dahilan lahat. Hindi mo man maintindihan ngayon kasi nasaktan ka. Kasi masama ang loob mo. Kasi umasa ka tapos hindi mo nakuha. Pero balang araw, malalaman mo rin ang dahilan. Makikita mo rin kung saan papunta ang sakit na nararamdaman mo ngayon.

– "May dahilan ang lahat"

Naging writer ako
dahil sa shampoo ☺

I remember, when I was ten years old, during lunch break, I'd recount my dreams to my classmates. Dreams that were detailed, long, and vivid. Some were real. Others were fabricated. And that was how I became a storyteller.

When I was eight or nine years old, I started playing "bote-bote." I collected all the used bottles in our house—from alcohol to shampoo to nail polish bottles. And then, I assigned names and characters to these bottles. The alcohol bottle was named Al. He was the eldest brother. His siblings were the perfumes, shampoo, nail polish bottles, and lipstick sticks.

I would start my game with all of them waking up and going to work or school. And then I'd spend hours playing how they'd live their lives, what the problems they faced, and how they would solve each problem.

Looking back, I realize that I am still doing the "bote-bote" game now with my scripts. I'd still create characters, assign names and personalities to them, give them problems and see how the characters solve them.

I owe my TV writing career to those empty bottles of perfumes, shampoos, and lotions that I played with when I was a kid.

Mental constipation ❦

Ang hirap maging constipated. Iyong ang tagal mo nang naghihintay na lumabas ang dapat lumabas ngunit maiiinip ka lang, mababagot, at maiinis pero wala pa ring nangyayari.

Ganyang-ganyan ang pakiramdam ng may writer's block.

Lahat ng writer, naranasan na ang writer's block. Mental constipation. The difficulty of putting thoughts into words. O kaya blangko talaga ang isip. Hindi lang words ang nawawala— pati thoughts, ideas, creativity—lahat sila absent!

Sabi ng isang creative writing teacher ko, kapag may writer's block daw ang isang tao, he should do free-fall writing. Just write anything that comes to mind. Ignore syntax, ignore coherence, ignore grammar.

Just write anything, even if they aren't coherent, even if they are nonsensical, even if the tenses aren't consistent, even if they aren't saying anything at all.

Kapag nagsulat ka lang nang nagsulat, basta na lang lalabas ang creative juices ng isang taong may mental constipation.

Kapag nasimulan na ang free-fall writing, tuloy-tuloy na. Sa umpisa, walang kuwenta. Basta ano 'yung unang pumasok sa isip ko, type lang nang type. Tapos magugulat na lang ako dahil ayan, nagkakaroon na ako ng mental diarrhea. Ang dami na ngang idea na lumalabas.

> Forget the rules, forget what other people think.

Just write anything, even if they are nonsensical.

Sana puwede rin mag-free fall sa totoong buhay.

Just live. Forget the rules, forget what other people think, forget the consequences of your actions.

Just live, even if it doesn't make sense.

Puwede kaya 'yun?

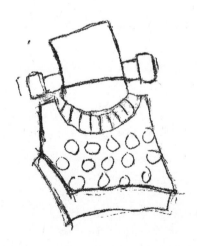

Ano ba ang pangarap mo? 🐾

Noong 2001, na-define ko na sa sarili ko kung ano talaga ang pangarap ko: ang magsulat sa TV o sa pelikula. Gusto kong makita ng mga tao ang pangalan ko sa screen tapos sasabihin nila, "Uy, si Noreen Capili! Kilala ko iyan . . . I went to high school/ college with her."

Ang simple at ang babaw lang ng pangarap ko pero several years ago, parang napakahirap nito abutin.

Noong 2001, nagtatrabaho ako sa isang maliit na kompanya sa Ortigas bilang technical writer, nagsusulat ng manual. Nine a.m. to 6 p.m. ang trabaho pero madalas, wala akong ginagawa. Mag-surf na lang sa Web at mag-blog. And I was so miserable sa buhay ko. Kasi ang layo ng ginagawa ko sa gusto ko talagang gawin. Pero naisip ko, tumatanggap ako ng 13K a month, okay na ito.

Noong 2003, lumipat ako ng trabaho. Sikat at multinational na kompanya. At mas mataas ang suweldo ko bilang Web writer, nagsusulat ng mga articles para sa website ng mga seafarers. After six months, naging regular employee ako at na-promote sa pagiging Web editor. Nagkaroon ng increase sa suweldo.

Stable na kompanya, maraming benefits. Nasabi ko sa sarili ko, "Ang ganda rito. I see myself growing old in this company."

And then I remembered my dream of writing for TV and the movies. Iyong best friend kong si Bim, pinautang ako ng pera para makabili ako ng sariling computer. Naniniwala siya na magiging TV writer pa rin ako balang araw. Bumili ako ng clone PC sa Greenhills sa halagang 12K pesos. (Isang taon kong hinuhulugan ng 1k a month ang utang na 'yun!)

That same year, nalaman ko na ang college professor ko na ang creative head sa isang malaking network at may gagawing workshop/mentorship para sa gustong magsulat sa TV. Nag-apply ako. Hindi ako natanggap.

Year 2004, habang nasa opisina ako sa 38th floor sa Ayala Avenue, nakita ko sa Web na may writing workshop sa ABS-CBN. Nag-apply ako. After one week, sinabi ng housemate ko na writer sa GMA na may workshop din ang network nila. Nag-apply ulit ako. Tapos heto pa, may workshop din ang Star Cinema. Nag-apply rin ako!

"Kung wala kang show wala kang susuwelduhin."

October 2004, sabay-sabay akong nag-apply sa tatlong workshop. At dalawa ang tumanggap sa akin—ABS-CBN at Star Cinema.

January 2005, sabay rin akong kinausap ng ABS-CBN at Star Cinema. Pareho nila akong gustong kunin na writer. Sabi ko, "Shet! Heto na 'yun!" Kaso, may regular na trabaho ako sa Makati. Ano'ng gagawin ko?

So I asked Direk Joey Reyes. Hindi kami close that time. Pero naglakas-loob ako na magtanong sa kanya, "Ano po ang gagawin ko?"

He told me to choose TV over film. But I shouldn't leave my day job. "Walang kasiguraduhan ang showbiz. Hindi stable. Kung wala kang show, wala kang susuwelduhin."

Two years after I started writing for TV, I quit my corporate job. Isang malaking "bahala na" 'yun. Pero hindi ko pinagsisihan. Ginawa ko 'yun para matupad ang simple at mababaw na pangarap ko.

Ngayon, laging sinasabi ng mga kaklase ko na tuwang-tuwa sila kapag nakikita nila ang pangalan ko sa TV. Lagi raw nilang pinagmamalaki na "Kilala ko iyang si Noreen Capili na iyan! Kaklase ko iyan noong high school."

Ang daming "what if" sa buhay ko. Kung natanggap ako sa workshop na unang inapply-an ko, magiging TV writer pa rin ba ako? Sa ibang network ba ako nagsusulat? Kung pinili ko ang movies over TV, nagka-pelikula na kaya ako? Kung hindi ako nag-resign sa day job ko, mabibigyan kaya ako ng break na magsulat sa soap?

Pero heto lang ang masasabi ko. Dahil sa blog ako nang blog noong technical writer ako sa Ortigas, nahasa ang writing skills ko. Sa work ko bilang Web editor, habang naghahanap ng balita para sa mga seafarers, doon ko nakita ang news item tungkol sa ABS-CBN workshop.

At na-realize ko, tama pala si Paulo Coelho. kung may pangarap ka pala, at gusto mo talagang mangyari ito, gagawa ng paraan ang universe para makuha mo ito. Ang layo ko na doon sa "Noreen" years ago na nangangarap makita ang pangalan sa screen. Pero grateful ako sa mga trabaho ko at mga pinagdaanan ko dahil 'yun ang ginagamit ko sa pagtupad ng pangarap ko.

> **Kung may pangarap ka,** gagawa ng paraan ang universe para makuha mo ito.

Years ago, malinaw kong sinabi sa sarili ko kung ano talaga ang pangarap ko. Years ago, gumawa ako ng paraan para matupad 'yun. And in November 2011, isa akong Kapamilya Awardee dahil five years na ako sa ABS-CBN.

Ikaw, ano ang pangarap mo?

May dahilan ang lahat ☺

Kinuwento sa akin ng high-school friend ko na nang malaman ng nanay niya na writer na ako sa TV, natuwa sila para sa akin. Sabi daw ng nanay niya, "Nakuha talaga ni Noreen ang gusto niya, 'no?" Alam kasi niya na 'nung high school pa lang kami, ako na ang gumagawa ng mga stage plays, skits, at drama presentations. High school pa lang kami, iyon na talagaang gusto ko—ang gumawa ng mga kuwento. Ang magsulat ng script.

Pero sinabi ko sa kaniya, hindi naging madali kung paano ko narating ito. Ilang beses muna akong nabigo, nag-fail, at na-reject, bago ko natupad ang pangarap ko.

Fourth year college ako sa UP, inggit na inggit ako sa isang kaklaseng nakapasok sa ABS-CBN bilang production assistant. Kaya noong grumaduate ako, nag-apply din ako sa ABS-CBN. Nalaman ko kasi na kailangan ng writer para sa isang kiddie fantasy show. Nag-apply ako pero hindi natanggap. Naghahanap ng writers para sa week-long romantic series. Nag-submit ako ng sample, hindi pumasa. Sumali ako sa scriptwriting contest para sa mga amateur writers, hindi ako nanalo.

Iyon na iyong panahon na inisip ko—baka hindi para sa akin ang pagiging TV writer. Kaya naghanap ako ng ibang trabaho. Nagbenta ako ng house and lot. Nagtrabaho sa ad agency bilang copywriter. Naging magazine writer. Naging technical writer. Naging editor. Pero hindi ibig sabihing kinalimutan ko na ang pangarap kong maging isang TV writer. Pinahinga ko lang. Hindi ako sumuko. Hindi ako bumitaw.

At isang natutunan ko na "If it's not happening now, it doesn't mean it won't happen in the future."

Dahil seven years after kong mag-apply at ma-reject, sa ABS-CBN din pala ang bagsak ko.

Katulad din ba kita na ilang beses na nakaranas ng pagkabigo? Ng pagkatalo? Huwag ma-dishearten.

Every rejection, failure, heartache—may dahilan lahat. Hindi mo man maintindihan ngayon kasi nasaktan ka. Kasi masama ang loob mo. Kasi umasa ka, tapos hindi mo nakuha.

Pero balang araw, malalaman mo rin ang dahilan. Makikita mo rin kung saan papunta ang sakit na nararamdaman mo ngayon.

Maaaring hindi pa panahon. Maaring hindi lang ukol. O maaaring may mas magandang nakalaan para sa iyo.

Nangyari sa akin ito. Mangyayari din sa iyo. Basta huwag ka lang mawawalan ng pag-asa. Huwag mo lang bibitawan ang pangarap mo.

It's one of those days ♥

Have you ever had this kind of feeling?

When you feel you're worthless?

When you start to doubt yourself and ask if you really have what it takes to be a good writer?

When you go through your scripts and wonder, "Tama ba iyong ginawa ko?"

When paranoia consumes you and you're scared that next month, next week or the next day, that you might lose your job and will be replaced by someone younger, better, faster?

When you toss and turn at night, tormenting yourself with thoughts about you screwing up or not living up to the expectations of your bosses, thus, losing everything you've worked hard to achieve?

> Have you ever had this kind of feeling? When you feel you're worthless?

When you begin to question if you're really on the right track? Was it worth the risk? Did you make the right decision leaving your old life and choosing this path?

Today is one of those days when I start to feel this.

Napapaisip ako. Napapatanong sa kakayahan ko as a writer. A TV writer. A TV soap writer, to be exact.

But then, it's okay to feel this way. It's quite humbling. A reminder that there is always room for improvement. That we shouldn't be

Hindi tayo dapat magpatalo. This is not okay, but it's normal.

complacent and settle for mediocrity. That we should always give our all in everything we do.

Pero hindi tayo dapat magpatalo. This is not okay, but it's normal. It's normal to be scared, to worry, to be anxious. It doesn't mean we're weak or insecure or inadequate. It just means we're human.

Kung masokista ka, mag-writer ka ♡

"Malaya na ako . . . "

Iyan ang pakiramdam ko sa tuwing nakakatapos ako ng isang script. Dahil pagkatapos kong magsulat ng ilang araw, hindi makikipagkita sa mga tao, walang ibang kinakausap then, finally, makakalabas na ulit ako—malaya na ako.

Napakahirap magsulat. Kahit wala ka sa mood, kahit wala kang maisip, pipilitin mo. Kasi may hinahabol kang deadline.

At kahit malungkot ka o depressed, kailangan mong maging masaya kung may sinusulat kang masayang eksena. At kahit sobrang saya mo sa totoong buhay, kailangan mong maging malungkot kung ang bida mo ay nagdurusa. Kung ano ang nararamdaman ng character mo, kailangan mong damahin, kebs na sa kung ano ang present state mo.

Ang pagsusulat naman kasi, hindi siya parang paglalaba lang o pamamalantsa. Hindi siya mechanical o automatic. Iyong hindi mo na kailangan mag-isip. Basta gagalaw na lang iyong mga kamay mo—ayos na. Matatapos mo ang ginagawa mo.

Sa tuwing nagsusulat ang isang tao, hindi lang daliri ang nagtatarabaho. Utak. Puso.

At sa tuwing nagsusulat ako, madalas, naiiyak din ako. Pero kapag naiiyak ako while writing, 'yun pala talaga iyong alam kong may nagawa akong tama. Kasi ibig sabihin noon, may bahagi ng sarili ko ang inilagay ko sa script ko.

It can be a past experience, a memory, an actual dialogue with someone. Basta, I surrender a part of me to my script. At hindi maiiwasan na habang nagsusulat, may sakit na manunumbalik, may sugat na mauungkat, may nakaraang maaalala.

Napakahirap maging writer. Kailangan mong maging doctor, abogado, businessman, katulong, sirena, teenage mom, sira-ulo, drug addict. Kailangan mong pumasok sa utak ng isang killer, ng isang obsessed lover, ng isang martir na asawa. May pamilya kang dapat sirain. May relasyon kang paghihiwalayin. May inosenteng tao ka na kailangang patayin.

Nakakabaliw. Nakakapagod. Nakakaiyak.

Ilang beses ko na sinabing "ayoko na!" habang nagsusulat ng script. May mga gabing napapapasigaw na lang ako in frustration dahil hindi ko matawid iyong eksena, o hindi ko alam kung ano na ang susunod na gagawin ko. At totoo ito, nagtatawag na ako ng mga santo para lang matulungan ako sa pagsusulat ko.

Pero kahit gaano kahirap at nakakapagod ang pagsusulat, kapag tina-type ko na iyong "The End" sa dulo, ibang fulfillment ang nararamdaman ko, ibang klaseng kasiyahan. At gugustuhin ko na ulit magsulat. Handa na ulit ako sa panibagong nakakabaliw, nakakapagod, at nakakaiyak na proseso.

Sabi ko nga, lahat yata ng writer, masokista. Gustong-gustong nasasaktan at nahihirapan.

So bakit ko nga ba ginagawa ito?

Kasi mahal ko ito.

Ganyan talaga, kapag mahal mo, lahat titiisin mo. Lahat kakayanin mo. Dahil kahit mahirap gawin, kulang ka kung wala ito. Kahit nakakabaliw, hindi mo maisip ang sarili mo na hindi nagsusulat. Dahil ito na ang buhay mo.

Anvil Plus
(o Q&A portion para kay Noringai, part 2)

6. Naniniwala ka ba sa love at first sight?
Hindi. Lust at first sight, possible.

7. Kung hindi ka naging writer, ano ang trabaho mo ngayon?
Editor. Basta it has something to do with words pa rin.

8. Kung stranded ka sa isang isla for three days and three nights, sino ang gusto mong makasama?
Adam Levine. Easy on the eyes and ears. Baka bitin nga iyong three days, magpa-extend pa ako!

9. Sino sa mga ginawa mong character ang pinaka-challenging isulat?
Sa soap? Nene in *Katorse*. Ang hirap pumasok sa utak ng fourteen-years-old na nabuntis at naging Nanay. Mahirap ding isulat si Rubi. Bida siya pero pang-kontrabida ang ugali niya. Mahirap ibalanse.

10. Magsusulat ka pa bang maraming libro?
Hangga't may maikukuwento pa ako, hindi ako titigil sa pagsusulat.

6.
Puwedeng kiligin, huwag lang umasa

Kapag hindi mo gusto ang isang tao pero sa kadahilanang ikaw lang ang may alam ay papatulan mo pa rin, ang tawag doon: nagse-settle ka.

– "Self-preservation"

Na-late ako ng five years ☺

Habang nagtatapon ako ng mga gamit at naghahanda sa paglilipat ko ng condo, I came across a sheet of tissue paper na may nakasulat na pangalan na Ben at e-mail address. Sandali akong napaisip kung sino 'yun. And then I remembered.

The year was 2008, kasagsagan ng mga murang plane tickets, kaya napagtripan naming magkakaibigan na pumunta ng Saigon, Vietnam. Sa aming last night sa Saigon, pumunta kami sa isang bar at may nakilala akong isang American na writer.

Hindi ko na matandaan ang hitsura niya. Kung hindi dahil sa tissue paper, hindi ko rin matatandaan ang pangalan niya. Ang alam ko lang, writer siya at kausap ko siya buong gabi.

Nang magsara ang bar na iniinuman namin, nagyaya siya na lumipat kami sa ibang bar. Sumama ako at ang friend ko kay Ben, at sa isa pang Kano na noon lang din namin nakilala.

Kararating lang namin sa bar nang biglang nagsuka iyong friend ko dahil sa kalasingan. She complained na masama na pakiramdam niya kaya we decided to go back to the hotel.

Nang magpaalam ako kay Ben, kumuha siya ng tissue paper, nanghiram ng ballpen sa waiter, at sinulat ang e-mail address niya at binigay sa akin.

Sabi niya, ie-mail ko raw siya pagdating ko ng Manila.

Pero hindi ko siya sinulatan.

Five years after, heto ako, hawak-hawak ang tissue paper na may e-mail address niya. Napapatanong ng "What if?"

Hindi na ako nag-isip. I wrote him an e-mail. I was five years late but, who knows, 'di ba?

Pero nag-bounce ang e-mail. Ano pa nga ba inaasahan ko? Hotmail pa 'yung address niya, eh. Wala nang gumagamit ng Hotmail ngayon.

Gusto ko man siyang hanapin sa Facebook o Google, hindi ko alam ang buong pangalan niya. Sinubukan kong palitan ng Yahoo! at Gmail iyong e-mail address niya pero walang lumabas na result.

Bakit ba kasi ako naghintay ng limang taon para mag-decide na ie-mail siya?

Na-late ako ng five years. Sayang.

Bagay raw tayo 🐾

Kahit sinong makakita ng picture natin, iisa ang sinasabi—bagay raw tayo. Lahat yata ng tao, iyon ang iniisip. Maliban sa iyo. Ikaw na lang ang hindi nakakapansin. Ikaw na lang ang hindi nakakakita. Ano ba ang dapat kong gawin para ma-realize mo na bagay tayo? Na kung susubukan natin, maybe we can work it out? Ang tagal ko nang nag-iilusyon. Fourteen years, to be exact.

Oo, fourteen years na kitang minamahal. Halos kalahati na ng buhay ko. Second year high school pa lang tayo noon. Sino ba namang mag-aakala na magiging malaki kang parte ng mundo ko? Naiinis nga ako sa 'yo noon, eh. Lagi tayong nag-aaway. Laging nag-aasaran. Nagtataka lang ako kung bakit kahit lagi mo akong iniinis, pinapakopya pa rin kita tuwing may quiz. Kahit lagi mong nilalait-lait si Jojo Lastimosa at ang PureFoods team, 'di ko magawang magalit sa 'yo. Napapansin ko na lang na nalulungkot ako tuwing nagka-cut ka ng class para maglakwatsa dahil hindi kita nakikita. Hinahanap-hanap ko 'yung pag-aaway natin. At naiinis ako kapag nag-uusap kayo nung katabi mo na obvious namang may gusto sa 'yo. Pinuna na rin ako ng mga kaibigan ko dahil lagi kitang kinukwento sa kanila. Bigla ko na lang naisip, siguro nga, mahal na kita.

Mahirap para sa akin na aminin sa sarili ko na mahal na kita. Kasi, nasa iyo na lahat ng ayaw ko sa lalaki. Saka, alam ko, I would only be hurting myself in the process. Kasi hindi mo naman ako mahal, eh. Pero, wala na akong nagawa kundi sumunod na lang.

Kuntento na ako na nakakausap ka araw-araw, kahit na mas madalas tayong magtalo kaysa magkaroon ng normal na conversation. Masaya na ako na nakakasama ka sa lakad ng barkada namin, kahit na bawat kilos ko ay pinupuna mo.

Bigla ka na lang nagbago nung hindi na tayo magkaklase. Bigla ka na lang nanlamig. Hindi mo na ako pinapansin. Siguro dahil sa nalaman mo ang tungkol sa feelings ko. At sino ba kasing dalahira ang nagkalat sa buong school na crush kita? Tinutukso na tuloy tayo. Kaya nagka-ilangan na rin at nagdedmahan.

Dalawang taon din tayong hindi nagpansinan. Kahit magkatabi tayo sa jeep o magkasunod sa pila o magkasabay sa clinic, dedma ka lang. Kunwari, 'di mo ako kilala. Parang wala kang nakita.

Pero kahit na dinidedma mo ako, napapansin ko na lagi kang nakatingin sa akin. Binabawi mo lang kapag nahuhuli kita. At huwag na huwag mong sasabihing ilusyonada ako dahil kahit sino'ng kasama ko, napapansin na lagi kang nakatingin sa akin. Kaya kahit ilang beses mo akong dinedma, 'di pa rin ako nawawalan ng pag-asa. Umaasang one day, papansin mo uli ako.

'Di pa rin ako nawawalan ng pag-asa.

Ako na yata ang pinakatanga sa batch noon. Ang masama nito, alam ng lahat ang tungkol sa pinagdadaanan ko. Kailangan kong magkunwari na hindi ako affected nung nanliligaw ka sa iba. Ayoko kasing kaawaan ako ng mga tao.

Sobrang nasaktan ako nung nagka-GF ka ng dalawang beses. Na-realize ko kasi na 'yun pala ang mga type mo—iyong popular, iyong laging hinahabol, iyong kapag naglalakad sa campus, eh, napapalingon lahat. Sobrang na-crush 'yung ego ko noon. Kasi hindi ako ganoon. Kung itatabi mo ako sa kanila, para mong pinagtabi ang Godiva sa Chocnut. Hindi man lang ako umabot sa antas ng Cadbury.

Gusto na akong hambalusin ng mga kaibigan ko noon. Matauhan lang. Hindi nila maintindihan kung bakit ako nagpapakabaliw sa 'yo ganoong 'di mo naman ako pinapansin. Kung bakit tatlong taon kitang hinahabol-habol gayong apparent naman na isa kang malaking jerk. Hindi ko rin maintindihan, eh.

Kahit na graduate na tayo ng high school, at hindi na kita nakikita, hindi pa rin kita nakakalimutan. Lagi kitang kinukuwento sa blockmates ko nung college. Kilala ka na rin ng mga roommates ko. At lahat ng kaibigan ko, kilala ka, dahil sa mga kuwento ko.

Kahit nagka-boyfriend na ako, at nain-love na rin sa ibang lalaki, bumabalik pa rin ako sa 'yo. Sobrang baliw ako sa 'yo, kahit hindi tayo nagkikita. Pinaplano ko nga 'yung kasal natin, eh. Sabi kasi nung manghuhula, mapapangasawa ko raw, eh, schoolmate ko nung high school. Magkikita daw kami sa isang school event.

> Kahit na nagka-boyfriend na ako, bumabalik pa rin ako sa 'yo.

Siyempre, umasa akong ikaw 'yun. At gumagawa ako ng paraan para magparamdam sa 'yo. Iyong nagpapadala sa 'yo ng anonymous letters at card? Iyong tawag nang tawag sa bahay ninyo tapos binababa kapag may sumagot? Ako rin 'yun.

Naka-ilang palit ka na ng cellphone pero alam ko lahat ng numbers mo. Iyong iba't ibang numbers na nagmi-miss call sa 'yo at nagfo-forward ng senti na text? Ako 'yun, gamit ang SIM card ng mga kaibigan ko. Pero siguro alam mo na 'yun. Sino pa ba naman ang obsessed sa 'yo? Naisip ko nga, ako kaya ang dahilan kung bakit ka nagpapalit ng SIM card. Dahil inii-stalk kita at hina-harass?

Alam ko rin lahat ng nangyari sa 'yo the past ten years na hindi tayo nagkita. Alam ko kung saan-saan ka nagtrabaho, kung sino-sino ang naging girlfriend mo, kung ano-ano ang pinaggagawa mo. Alam ko na muntik ka nang mapikot noon, pero nalaman mo na hindi sa 'yo ang pinagbubuntis ng GF mo. Alam ko ang mga kompanyang pinasukan mo, ang mga lugar na pinuntahan mo. Puwede na nga ako magtrabaho sa NBI sa pagiging resourceful ko sa pagkuha ng information tungkol sa 'yo.

Alam mo bang kaya ako nag-volunteer mag-organize ng ating reunion after ten years ay dahil sa 'yo? Baka ito na ang sinasabi sa hula. Kaya grabe rin ang preparation ko. Dalawang beses ako nagpa-facial noon. Nagpa-relax at hot oil ng buhok. Nag-manicure, pedicure, at foot spa. Nag-crash diet. At nung gabi ng reunion, suot ko ang pinaka-kikay kong damit, at ang bago kong t-back.

Nanlambot ang tuhod ko nang makita kita nung reunion. Sobrang late mo kasi eh, kala ko 'di ka na darating. Dalawang oras kang late pero okay lang. Kakaiba ka nung gabing iyon. Hindi mo ako dinedma. Ang friendly mo nga, eh.

Diyahe lang dahil noong nilapitan mo ako at hinalikan, nasunog ko ng kandila ang buhok ko. Ikaw pa nga ang pumatay noong apoy, eh. Kahiya talaga. Sino ba kasing nakaisip ng kandila na props para sa program sa reunion? Buwiset.

Pero 'di bale. Ang importante, ki-niss mo ako. At noong gabing iyon, lagi kang nakaakbay sa akin. May picture pa nga tayo together.

Ang saya-saya ko nung gabing 'yun. Pero, pagkatapos ng reunion, balik na naman tayo sa dati. Ikaw, na forever dedma sa akin. Ako, na habol nang habol sa 'yo. Alam mo bang pina-image magic ko yung nag-iisang picture natin at pinakopya ko ng ilang piraso? May wallet size na nakalagay sa wallet ko. May 3R, 4R, at portrait. Bumili din ako ng mga frames. Isa nasa office ko, isa nasa kuwarto, isa nasa sala. Hindi pa ako nakuntento, ginawa ko pang wallpaper sa PC ko.

Kapag tinatanong ako sa office kung sino ka, sinasabi ko, boyfriend ko. Naniniwala naman sila. Paano, bukod sa we look good together, eh, mukha nga tayong mag-dyowa. Nakaakbay ka sa akin habang nakasandal naman ako sa 'yo. Ang ganda pa nga ng ngiti natin dalawa, eh. Bagay nga tayo, 'di ba?

> Kakaiba ka nung gabing iyon. Hindi mo ako dinedma.

Sa mundo ko, ikaw ang bida. Mula table, hanggang PC, hanggang wallet, nandoon ka.

Sa mundo mo, nasaan ako? Ni hindi mo nga siguro ako binibigyan ng second thought. Ni hindi ko nga sigurado kung sumasagi ako sa isipan mo. Ni hindi ko nga alam kung naka-save sa cellphone mo ang number ko.

Sa buhay ko, ikaw ang first love ko. Ang chocolate pudding na jelly beans na inaasam-asam ko. Sa buhay mo, nasaan ako?

My friends don't know why I couldn't shake you out of my system. I, myself, don't have the answers. Ang alam ko lang, fourteen years na kitang pinagnanasaan. Halos kalahati na ng buhay ko. And I don't want to admit that I have just wasted those years with you. Part of me wants to believe that maybe, eventually, there would be a happy ending for us. Kasi, bagay nga raw tayo.

Self-preservation ♡

Kapag hindi mo gusto ang isang tao pero sa kadahilanang ikaw lang ang may alam ay papatulan mo pa rin. Ang tawag doon: settling. Nagse-settle ka na lang.

Kapag may naka-set kang standards pero hindi siya umabot doon o kaya may listahan ka ng mga gusto mo sa isang partner pero may mga bagay sa listahan na wala siya; pero bibigyan mo pa rin ng chance kasi sabi mo, puwede na 'yun kaysa wala, ang tawag doon: nagse-settle ka.

Pero paano kung okay naman siya, may hitsura, may matino siyang trabaho, napapatawa ka niya, maasikaso, mabait, matalino, responsable, family-oriented, may takot sa Diyos, pero ayaw mo sa kanya.

Ano ang tawag doon? Ano ang tawag sa iyo?

Tanga?

Gusto mo pero ayaw mo nang umasa.

"Palibhasa sanay ka sa mga walang-kuwentang lalaki kaya ngayong may dumating na matino, ayaw mo," sabi sa iyo ng mga kaibigan mo.

Oo, sanay ka nga sa mga walang-kuwentang lalaki. Iyong mga wala nang ginawa kundi paiyakin, saktan, at iwanan ka. Iyong hindi puwedeng mag-commit sa iyo o maibigay ang pagmamahal na dapat para sa iyo. Sanay ka sa mga lalaking binabastos ka at iisa lang naman ang habol sa iyo. Mga lalaking hindi ka kayang ipaglaban o kaya hindi ka na tinatrato nang tama o mabuti.

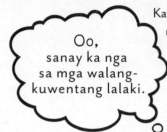

Oo, sanay ka nga sa mga walang-kuwentang lalaki.

Kaya ngayong may matinong lalaki na, ayaw mo. May maganda nang binibigay sa iyo ang tadhana, tinatanggihan mo.

Ayaw mo nga ba?

Kung alam lang nila.

Gusto mo pero ayaw mo nang umasa. Ayaw mo nang isipin na may patutunguhan ito.

Kung alam lang nila, nag-iingat ka lang. Self-preservation ito. Ilang beses ka nang nasaktan, ilang beses ka nang nagpaloko at nagpauto. Ilang beses ka nang natalo sa ganitong laban. Ayaw mo nang maulit.

Ang dami mo nang pinagdaanan. Ang dami mo nang naranasan. Kaya pakiramdam mo, alam mo na rin ang kalalabasan nito. Alam mo na mauuwi lang din ito sa wala. Kaya habang maaga pa, inaayawan mo na.

Para sa iyo, he is too good to be true. And that you don't deserve him. Kaya iniisip mo na lang, if it is too good to be true, it probably is.

Puwedeng kiligin, huwag lang umasa ♡

Posible ba na after twenty years, gusto mo pa rin iyong taong kinababaliwan mo noong bata ka? Twenty years? Yes, twenty years, on and off naman. Hindi naman buong twenty years.

Siguro iyong first three years iyong matindi. Kasi first time mo ma-in love. Or dahil bata ka pa, hindi mo ginagamit ang utak mo.

And then, you fell out of love, tapos you fell in love with other guys. Nagka-boyfriend, nagka-first date, nagka-first kiss. Nagkaroon ng kung ano-anong "firsts" sa ibang tao. Tapos na brokenhearted din. At na-in love uli. Nang maraming beses.

Pero sa twenty years na 'yun, may mga times na nakikita mo siya uli, nagkakausap kayo, tapos, parang walang nangyari, ikaw pa rin iyong babae noong una kayong nagkita—baliw, tanga, kinikilig pa rin sa kanya. Kahit na ang dami mo nang experience. Kahit na ang dami mo nang nakita at nakilalang lalaki na higit sa kanya—pero pagdating sa kanya, kasi first love mo siya, wala, nakakalimutan mo ang lahat.

Iyong kahit nasa thirties ka na, isang text or e-mail lang niya, para kang teenager uli. Iyong makita mo lang na in-add ka niya sa Facebook, tapos wala kayong common friend, so it means baka hinanap ka niya talaga, hindi ka na makapagtrabaho ng normal.

Iyong lahat ng tao, nagpe-pledge na para sa kasal ninyo. May sasagot na ng gown, ng cake, ng choir, ng souvenir, ng invitation. Kasi kapag kayo nagkatuluyan, magiging sobrang saya nila para sa iyo.

Twenty years. Single pa siya. Single ka pa. Pinagtatagpo kayo ng tadhana, paulit-ulit. Kung kelan ayaw mo na, kung kelan give up ka na, biglang nandiyan na naman siya. 'Di mo inaasahan. Nakakaloka lang ang mga pangyayari.

Oo nga at "in a relationship" ang status niya sa FB, oo nga at twenty years na siyang aware na baliw ka sa kanya at twenty years na naririndi ang mga kaibigan mo sa paulit-ulit na pagkuwento mo tungkol sa kanya at sa mga defining moments na nangyari sa buhay ninyo.

Twenty years na ang habulan na ito. Napapagod ka na. Nakakasawa na. It's not that you put your life on hold for him. Life goes on naman for you. Nage-enjoy ka sa buhay mo. Nagtatrabaho ka. Hindi ka naman pathetic na sa kanya lang talaga umiikot ang mundo mo. Pero you admit na, oo, after twenty years, he still has that effect on you.

Twenty years na ang habulan na ito. Napagod ka na. Nakakasawa na.

'Di mo inaasahan. 'Di mo naman hinihintay. Oo, twenty years is a long time. Twenty years! Pero at the back of your mind, two words flash repeatedly: Ayaw mo mang isipin, ayaw mo mang pansinin, pero a part of you still thinks, "Malay mo."

Cue in music: "After all the stops and starts, we keep coming back to these two hearts . . . I guess it's meant to be, forever you and me, after all . . . "

The yellow umbrella 🐢

Alam mo ba iyong TV series na *How I Met Your Mother* (HIMYM)? Isa siya sa pinakasikat na sitcom ngayon sa US na nagsimula noong 2005. And after nine years, mamamaalam na ito sa ere.

Simple lang ang show. Year 2030 ang setting nila at nagkukuwento lang ang character na si Ted Mosby sa mga anak niya kung paano at saan niya nakilala ang mommy nila.

Mula nang mag-umpisa ito, pinanood at sinubaybayan ko na ang HIMYM. Hindi ko binitiwan. Naging witness ako sa paghahanap ni Ted ng love in all the wrong places, sa mga siraulong babae na nakilala niya. Parang kasama niya ako sa mga pinagdaanan niyang relasyon na inakala niya ay iyun na pero hindi pa pala.

Kaya ko siguro nagustuhan ang show na ito kasi pakiramdam ko, ako ang female version ni Ted Mosby.

Tulad ni Ted, romantic din ako sa umpisa, naniniwala sa concept ng true love at destiny. Like Ted, I have been in several failed relationships. Pinagdaanan ko rin 'yung takot with the thought of growing old alone, habang lahat ng kaibigan ko ay isa-isa nang nagkakapamilya. Naging jaded din ako at bitter, hindi na naniniwala sa true love, at tinanggap na marriage isn't for everybody.

Pero kung kelan nawawalan na si Ted ng pag-asa, kung kelan hindi niya inaasahan, doon niya nahanap ang babaeng makakatululyan niya. Sa last few episodes ng show, lumabas na ang Mother, at nagkakakilala sila ni Ted dahil sa hawak nitong yellow umbrella.

Unlike Ted, wala pa ako sa stage na 'yun. Hindi ko pa nakilala iyong The One. Pero kasi, hindi pa naman patapos ang buhay ko at malayo pa ako sa Season Finale of my life.

> Minsan, mas romantic at unexpected pa ang nangyayari sa totoong buhay kesa sa fiction.

Alam kong wala tayo sa isang romcom na pelikula o TV series at ang kuwento ni Ted ay hindi totoo, na sinulat lang ng scriptwriters na may matatabang utak.

Pero hindi ba, minsan, mas romantic at unexpected pa ang nangyayari sa totoong buhay kesa sa fiction?

Isa sa natutunan ko bilang TV writer, hangga't hindi natatapos ang show, kahit ano puwedeng mangyari sa characters. Ang mga magkasama, puwedeng maghiwalay. Ang mga magkahiwalay, puwedeng magkabalikan. Ang mga mag-isa, puwedeng maging dalawa.

Ganoon din sa buhay natin. Hangga't hindi ito natatapos, anything is possible. Just be patient and believe that somewhere out there, there's a yellow umbrella for everyone who never gives up on love.

Mga gabay na tanong para sa klasrum o sa book club ♡

1. Para sa iyo, kakulangan ba ng isang babae kung wala siyang boyfriend?

2. Importante ba ang pagkakaroon ng isang seryosong relasyon?

3. Kung ikaw ang papipiliin: successful career pero wala kang love life? O may love life ka nga pero wala ka namang magandang trabaho?

4. Kung ang author ay may lessons na nakuha sa kakikayan at sa mga sapatos, may maibabahagi ka rin bang mga lessons na nakuha mo sa mga inanimate objects? Ano-ano ang mga ito? Ipaliwanag.

Sino si Noringai? ☺

NORINGAI, or Noreen Capili, is a thirtysomething TV writer who makes people laugh, cry, and fall in love for a living. She's been a blogger since 2001 and was an online columnist for Peyups.com from 2003 to 2006.

A graduate of BA Creative Writing in UP Diliman, she dreamed of seeing her name on the TV screen, releasing her own book, and writing for films.